பறவைகளும் வேடந்தாங்கலும்

பறவைகளும் வேடந்தாங்கலும்
மா. கிருஷ்ணன் (1912 – 1996)

இயற்கையியல் பற்றிக் கட்டுரைகளும் நூல்களும் ஆங்கிலத்தில் எழுதி உலகப் புகழ்பெற்றவர். பத்மஸ்ரீ, ஜவகர்லால் நேரு நல்கை முதலிய பெருமைகள் அவரைத் தேடி வந்தன. தமிழின் தொடக்க கால நாவலாசிரியர்களில் ஒருவரான அ. மாதவையாவின் மகன். 1950, 60களில் தமிழ் இதழ்களிலும் கலைக்களஞ்சியத்திலும் அவர் எழுதிய கட்டுரைகள் மிகவும் முக்கியமானவை.

அவரது தமிழ் நூல்கள்:

நாவல்: 'கதிரேசன் செட்டியாரின் காதல்' (1996)

கட்டுரை: 'மழைக்காலமும் குயிலோசையும்' (2002)

பெருமாள்முருகன் (1966)
பதிப்பாசிரியர்

படைப்புத்துறைகளில் இயங்கி வருபவர். அகராதியியல், பதிப்பியல், மூலபாடவியல் ஆகிய கல்விப்புலத் துறைகளிலும் ஈடுபாடுள்ளவர். அரசு கலைக்கல்லூரி ஒன்றில் முதல்வராகப் பணியாற்றுகின்றார்.

மா. கிருஷ்ணன்

பறவைகளும் வேடந்தாங்கலும்

பதிப்பாசிரியர்
பெருமாள்முருகன்

காலச்சுவடு பதிப்பகம்

அன்பார்ந்த வாசகருக்கு,

வணக்கம்.

காலச்சுவடு நூலை வாங்கியமைக்கு நன்றி.

நூலின் உள்ளடக்கம், உருவாக்கம், அட்டைப்படம் இன்ன பிற அம்சங்கள் பற்றிய உங்கள் கருத்துகளையும் ஆலோசனைகளையும் காலச்சுவடு வரவேற்கிறது. தகவல், எழுத்து, வாக்கியப் பிழைகள் தென்பட்டால் கட்டாயம் தெரிவித்து உதவுங்கள். நூல் தயாரிப்பில் கடும் குறைபாடு இருப்பின் மாற்றுப் பிரதி உங்களுக்குக் கிடைக்கக் காலச்சுவடு ஏற்பாடு செய்யும்.

மின்னஞ்சல்: *publisher@kalachuvadu.com*

காலச்சுவடு நாகர்கோவில் தலைமையகத்துக்கும் கடிதம் அனுப்பலாம்.

தங்கள்
எஸ்.ஆர். சுந்தரம் (கண்ணன்)
பதிப்பாளர் — நிர்வாக இயக்குநர்

பறவைகளும் வேடந்தாங்கலும் ✧ இயற்கையியல் கட்டுரைகள் ✧ ஆசிரியர்: மா. கிருஷ்ணன் ✧ பதிப்பாசிரியர்: பெருமாள்முருகன் ✧ © மா. ஹரிகிருஷ்ணன் ✧ முதல் பதிப்பு: டிசம்பர் 2010, மேம்படுத்திய ஒன்பதாம் (குறும்) பதிப்பு: ஜனவரி 2022, பதினொன்றாம் பதிப்பு: ஆகஸ்ட் 2023 ✧ வெளியீடு: காலச்சுவடு பப்ளிகேஷன்ஸ் (பி) லிட்., 669 கே. பி. சாலை, நாகர்கோவில் 629001

paRavaikaLum VeeTantaankalum ✧ Essays on Nature ✧ Author: M. Krishnan ✧ Editor: Perumalmurugan ✧ © M. Harikrishnan ✧ Language: Tamil ✧ First Edition: August 2010, Expanded Ninth (Short) Edition: January 2022, Eleventh Edition: August 2023 ✧ Size: Demy 1x8 ✧ Paper: 18.6 kg maplitho ✧ Pages: 168

Published by Kalachuvadu Publications Pvt. Ltd., 669 K.P. Road, Nagercoil 629001, India ✧ Phone: 91-4652-278525 ✧ e-mail: publications@kalachuvadu.com ✧ Printed at Clicto Print, Jaleel Towers, 42 KB Dasan Road, Teynampet Chennai 600018

ISBN: 978-93-80240-21-3

08/2023/S.No. 368, kcp 4659, 18.6 (11) uss

மா. கிருஷ்ணன் அவர்களின் நண்பரும்
'மழைக்காலமும் குயிலோசையும்' நூல் தொகுப்பாசிரியருமான
கானுயிர் வல்லுநர் திரு. சு. தியடோர் பாஸ்கரன்
அவர்களுக்கு.

பொருளடக்கம்

பதிப்புரை	13
பறவைகள்	21
ஆட்காட்டிக் குருவி	23
ஆந்தைகள்	24
ஆலா	27
இராசாளி	28
இருவாய்க் குருவி	29
உழவாரக் குருவி	31
ஊர்க்குருவி	33
கரிக்குருவி	34
கருங்குருவி	35
கருடன்	36
கல்லுக்குருவி	37
கவுதாரி	38
கழுகுகள்	39
கற்கௌதாரி	41
காக்கை	42
காட்டுக்கோழி	44
காடை	45
கிளி	46

கீச்சாங்குருவி	48
குக்குறுவான்	49
குங்குமப்பூச் சிட்டு	51
குயில்	52
குறுங்காடை	53
கூளி	54
கொண்டலாத்தி	55
கொண்டைக் கரிச்சான்	56
கொண்டைக்குயில்	57
கொண்டைக்குருவி	58
கொண்டையன்	60
செம்போத்து	61
சோளப்பட்சி	62
தவிட்டுக்குருவி	63
தவிட்டுப்புறா	65
தினைக்குருவி	66
தூக்கணங்குருவி	67
தேன்சிட்டு	69
தையற்சிட்டு	70
பச்சைக்காடை	72
பச்சைப்புறா	74
பஞ்சுருட்டான்	75
பட்டாணிக் குருவி	77
பருந்து	78
பனங்காடை	79
பாம்புப் பருந்து	81
பூஞ்சிட்டு	82

மணிப்புறா	83
மயில்	84
மரங்கொத்தி	86
மலை நாகணவாய்	88
மாடப்புறா	89
மாம்பழச்சிட்டு	90
மாம்பழப்பட்சி	92
மீன்குத்தி	93
மைனா	95
வரகுக் கோழி	97
வல்லூறு	99
வால் காக்கை	102
வாலாட்டிக் குருவி	103
வானம்பாடி	105
(இந்திய) வனவிலங்குப் புகலிடங்கள்	107
வேடந்தாங்கல் நீர்ப்பறவைக் காப்புச்சாலை	115
மொழிபெயர்ப்பு: பன்றி வேட்டை	145
வெளியீட்டு விவரம்	153
பறவைகளின் ஆங்கிலப் பெயர்கள்	157
பொருளடைவு	160

பதிப்புரை

பறவைகள்: அறிவும் அனுபவமும்

மா. கிருஷ்ணனின் கட்டுரைகள் 'மழைக்காலமும் குயிலோசையும்' என்னும் தலைப்பில் 2002இல் நூலாக வெளியாயின. என்னை மிகவும் ஈர்த்த நூல் அது. தன் அனுபவ வெளிக்குள் நின்று இயற்கை சார்ந்த பல்வேறு செய்திகளை அவர் எழுதியுள்ள முறையே அவ்வீர்ப்புக்குக் காரணம். வாசிப்பிற்குத் தடையாகும் தகவல் அடுக்குகள் குறித்த உணர்வுடன் அனுபவ சாரமாகத் தகவல்களை மாற்றும் அவர் இயல்பு வியப்பாக என்னுள் நிலைகொண்டது. விருப்பத்துடன் அடிக்கடி வாசிக்கும் நூலாகவும் அது அமைந்தது. எனக்கு உழவுக் குடும்பப் பின்னணி யாதலால் பல பறவைகளைப் பற்றிய பொதுவான அறிவு உண்டு. ஆனால் அதை வெளிப்படுத்தும் முறை, அதன் அவசியம் குறித்து உணர்விருந்ததில்லை. குறிப்பாக அதை ஓர் அறிவாக நான் கருதவில்லை, என் படைப்புகளில் இடம் சார்ந்து இயல்பாகப் பல பதிவுகள் அமைந்திருக் கின்றன. கள்ளுண்டு களிக்கும் மைனாக்கூட்டம் பற்றிய சித்திரம் 'கூளமாதாரி'யில் அப்படி எதேச்சையாய் அமைந்தது. பாம்புகளைப் 'பெருஞ்சீவன்' என மக்கள் வழக்கில் குறிப்பிடுவதையும் அவ்வாறே பதிவுசெய்திருக் கிறேன். அவற்றை இன்னும் செம்மையாகச் செய்திருக்க லாமே என்று இப்போது தோன்றுகிறது.

பறவை, விலங்கு, செடிகொடிகள் பற்றிக் குறிப்பிடும் தமிழ் அகராதிகள் 'ஒரு விதச் செடி', 'பறவை வகை', 'ஒரு விலங்கு' எனப் பொருள் தருவதைக் கேலியோடும் வருத்தத்தோடும் மா. கிருஷ்ணன் குறிப்பிடுகிறார். அதைப் படித்தபோது அகராதியியலாளன் என்னும் அடிப்படையில் எனக்கு வெட்கம் உண்டாயிற்று. எனது 'கொங்கு வட்டாரச்

13

சொல்லகராதி'யில் நானும் அவ்விதம் செய்திருக்கிறேன். 'ஊனாங்கொடி – உறுதியான ஒருவகைக் கொடி' எனவும் 'கட்டக் கொடி' – திண்மையான தண்டுடைய ஒருவகைக் கொடி' எனவும் பொருள் தந்திருக்கிறேன். அகராதி பயன்படுத்துவோர் அந்த 'ஒருவகைக் கொடியை' எப்படி இனங்காண முடியும்? ஆனால் பறவைகளைப் பற்றி என் நிலை கொஞ்சம் பரவா யில்லை. சிறு பறவைகளைக் குறிக்கும் பொதுச்சொல்லாகக் கொங்கு வழக்கில் உள்ள 'சிவனை' என்பதைப் பதிவுசெய்திருக் கிறேன். 'தட்டுச்சிட்டு' – கம்பு, சோளம் போன்றவற்றின் தட்டைத் தோகைகளில் கூடுகட்டி வாழும் மிகச் சிறிய 'சிட்டுக்குருவி' எனப் பொருள் தந்துள்ளேன். மா. கிருஷ்ணன் போன்றோரின் நூல்களை அப்போது படித்திருந்தால் இதற்குத் 'தையற்சிட்டு' எனவும் பொருள் தந்திருக்கலாம். பொருள் தருவதில் ஒருங் கமைவைப் பின்பற்றாமைக்கு இத்தகைய குறிப்பான துறை சார்ந்த உணர்வு இல்லை என்பதும் காரணம். 'மழைக்காலமும் குயிலோசையும்' நூலைப் பயின்ற பிறகு பறவைகளின் மேல் தனிக்கவனம் செலுத்தவும் கூடுதலாக அவற்றை அறிந்து கொள்ளவுமான தூண்டுதல் எனக்கு உருவானது. பெயரறியாத பறவைகள் பலவற்றைப் பெயரோடு இனங்காண முடிந்தது. மேலும் அந்நூலை நோக்குநூல் போலவும் பாவித்தேன்.

சேலம் ரயில் நிலையத்தில் வல்லூறின் படம் போட்ட பெரிய எச்சரிக்கைப் பலகை ஒன்று பயணச் சீட்டு வழங்கும் இடத்திற்கு மேலே வைக்கப்பட்டுள்ளது. வல்லூறின் சிந்தனை யில் மணிபர்சு, நகைகள், பெட்டிகள் ஆகியன இருப்பதாக அப்படம் காட்டுகிறது. 'உங்களிடையே சில வல்லூறுகளும் இருக்கலாம்' என எச்சரிக்கை வாசகம் சொல்கிறது. திருடர் களைப் பற்றிய எச்சரிக்கைக்கு வல்லூறு பயன்படுத்தப்பட் டுள்ளது. மனித குணத்தைப் பறவைகளுக்கு ஏற்றிச் சொல்லும் கதை மரபு நம்மிடம் உண்டு. அதன் தொடர்ச்சி என இதையும் எடுத்துக்கொள்ள முடியுமா? வல்லூறுக்குத் திருட்டுக் குணம் உண்டா என்னும் கேள்வி முதலில் எனக்கு வந்தது. மா. கிருஷ்ணனின் நூலில் பார்த்தேன். வல்லூறின் வலிமை, இரையைப் பிடிக்கும் திறன் ஆகியவற்றை விதந்து எழுதுகிறார். 'பராக்கிரமத்திலும் பறக்கும் வேகத்திலும் கொல்லுந் திறனிலும் அதற்கு ஈடோ எதிரோ கிடையாது' என்கிறார். அப்பறவைக்குத் திருட்டுக்குணம் சிறிதும் இல்லை. பயணிகளை எச்சரிக்க வல்லூறைப் பயன்படுத்துவதைத் தடைசெய்ய வேண்டும் என எனக்குத் தோன்றியது. இரையை வேட்டையாடும் அதன் இயல்பை இப்படித் தவறாகச் சித்திரிக்கக் கூடாது. அதுவும் பறவைகளின் மேல் கரிசனம் மிக வேண்டிய இந்தக் கால கட்டத்தில் எதிர்ச் சித்திரிப்புகளுக்கு இடம்தரக் கூடாது.

இப்படிப் பல்வேறு சந்தர்ப்பங்களில் எனக்கு மா. கிருஷ்ண னின் புத்தகம் நோக்குநூலாகப் பயன்பட்டிருக்கிறது. என் குடும்பத்தின் குலக்குறிச் சின்னமாகக் கருதப்படும் பனங்காடை யைப் பற்றி அறிந்துகொள்ள ஒருமுறை அவரது நூலைப் புரட்டி னேன். பனங்காடையைப் பற்றி நூலில் இல்லை. ஏமாற்றம். மிகச் சாதாரணமாகக் காணப்படும் இந்தப் பறவையைப் பற்றி அவர் ஏன் ஒன்றும் எழுதவில்லை என நினைத்தேன். பனையில் கூடுகட்டும் பறவை அது. அதன் நீலநிற இறகு எங்கு உதிர்ந்து கிடந்தாலும் எடுத்து வந்து பத்திரப்படுத்துவோம். ஒவ்வொரு வீட்டு எறவாணத்திலும் அதன் இறகுகள் செருகி வைக்கப்பட் டிருக்கும். நீலநிறத்தின் அழகு கண்டு எடுத்து விளையாட விரும்பும் குழந்தைகளுக்குக்கூட அதைக் கொடுக்கமாட்டார்கள். மாட்டு மருத்துவத்தில் பனங்காடையின் இறகுக்கு ஓர் இடம் உண்டு. காய்ச்சல் கண்ட மாடுகளுக்கு மொந்தன்பழத்தைப் பிளந்து அதற்குள் அவ்விறகை வைத்து உண்ணக் கொடுப்போம். ஓர் இறகைக் கொடுத்தாலே போதும். நல்ல குணம் கிடைக்கும். பனங்காடையைக் கடவுளாகக் கருதி வழிபடும் மரபில் வந்த எனக்கு அதைப் பற்றித் தெரிந்தவை இவ்வளவுதான்.

கடந்த ஆண்டு கல்லூரியின் இரண்டாம் பருவத் தொடக்கத் தில் சக ஆசிரியர்கள் அனைவரும் விடைத்தாள் மதிப்பீட்டுக்குப் போய்விடத் துறையில் நான் மட்டும் தனித்திருந்தேன். துறை நூலகத்தில் இருந்த கலைக்களஞ்சியத் தொகுதிகள் கண்ணில் பட்டன. பனங்காடையைப் பற்றி நிச்சயம் அதில் இருக்கும் எனக் கருதித் தேடிக் கண்டேன். பனங்காடையின் நீலநிறச் சிறகுகளை மேனாட்டுச் சீமாட்டிகள் அலங்காரத்திற்குப் பயன் படுத்திவந்ததையும் அதற்காக அப்பறவைகளைச் சுட்டுக் கொன்று அவற்றின் நீலச் சிறகுகளை ஏற்றுமதி செய்ததையும் அக்கட்டுரைவழி அறிய முடிந்தது. பறவைகளை அழிக்க மனிதன் எத்தனையோ விதமான வழிகளைக் கையாள்கிறான். இந்தச் சீமாட்டி அலங்காரம் தொடர்ந்திருந்தால் இன்று அங்கங்கே காணக்கூடிய பனங்காடை அழிந்துவிட்ட பறவை இனங்களின் பட்டியலில் சேர்ந்திருக்கும். நல்லவேளையாக இப்போது பறவை களின் இறகுகளை அணிவதை அநாகரிகமாகக் கருதும் போக்கு உருவாகிவிட்டது. எனவே பனங்காடை இனம் கொஞ்சம் பிழைத் திருக்கிறது. அதையும் அக்கட்டுரை ஆசுவாசத்துடன் குறிப்பிடு வதைப் படித்தேன். பனங்காடையைப் பார்த்தால் நல்ல சகுனம் என்னும் நம்பிக்கை மக்களிடையே நிலவுவதையும் அக் கட்டுரையிலிருந்து அறிந்தேன். சகுனம் தொடர்பான ஒரு நம்பிக்கை மகிழ்ச்சி தருவதாக இருக்கிறது. பறவையின் நீள அகலம், எடைக் கணக்கு உள்ளிட்ட தகவல் தொகுப்பாக இல்லாமல் இப்படி வேறுபட்ட செய்திகளைக் கொண்டிருந்தது

கலைக்களஞ்சியக் கட்டுரை. இத்தகைய செய்திகளைத் தருவது மா. கிருஷ்ணனின் எழுதுமுறை ஆயிற்றே என நினைத்தேன்.

பறவை ஒன்றின் வடிவைச் சொல்ல இன்னொரு பறவையைச் சான்றாகப் பயன்படுத்துவதும் மா. கிருஷ்ணனின் முறை. 'காக்கைக்கும் மைனாவுக்கும் நடுவுள்ள பனங்காடை' என இக்குறிப்பிலும் கண்டேன். பறவையைக் கவனித்துப் பெற்ற அறிவை வெளிப்படுத்தும் அவரது எழுதுமுறை இதிலும் இருந்தது. பனங்காடை மங்கலான தோற்றத்துடன் சோம்பலாக அமர்ந்திருப்பதும் பூச்சியைக் கண்டதும் இறகு விரித்துப் பறப்பதுமான சித்திரமும் அக்கட்டுரையில் இருந்தது. 'கண்ணைப் பறிக்கும் நீலம்' எனவும் 'நீலக்கல் நீலமும் வைடூரிய நீலமும்' எனவும் பனங்காடையின் இறகு நிறம் விவரிக்கப்பட்டிருந்தது. அதன் கீழே மா. கி. எனப் பெயர் இருந்தது. நான் எதிர்பார்த்ததைப் போலவே அக்கட்டுரையை எழுதியவர் மா. கிருஷ்ணன்தான் என அறிந்ததும் எனக்குள் பரபரப்பு ஏற்பட்டது. மா. கிருஷ்ணன் எழுதித் தொகுக்கப்படாத கட்டுரைகள் நிறைய இருக்கக்கூடும், அதுவும் கலைக்களஞ்சியத்தில் பல இருக்கலாம் எனத் தோன்றியது. கலைக்களஞ்சியப் பங்களிப்பாளர் பட்டியலில் 'மா. கிருஷ்ணன், சென்னை' எனக் குறிப்பிடப்பட்டுள்ளது.

அவர் பெயரிலான அனைத்தையும் தொகுத்தபோது 59 கட்டுரைகள் சேர்ந்தன. கலைக்களஞ்சியப் பதிப்பாசிரியராகிய பெ. தூரன், மா. கியின் கல்லூரிக் கால நண்பர். ஆகவே அவரது செயல்பாடுகளைப் பற்றி அறிந்து பறவைகள் குறித்த அவரது அறிவைத் தூரன் பயன்படுத்திக் கொண்டுள்ளார். கலைக்களஞ்சியத்தின் முதல் தொகுதியிலிருந்து பத்தாம் தொகுதிவரை அனைத்திலும் மா. கியின் பங்களிப்பு இருக்கிறது. 58 கட்டுரைகள் பறவைகளைப் பற்றியவை. விடுபட்டவற்றின் தொகுப்பாக வெளியிடப்பட்ட பத்தாம் தொகுதியில் மா. கிருஷ்ணன் எழுதியுள்ள ஒரே கட்டுரையான 'இந்திய வன விலங்குப் புகலிடங்கள்' சரணாலயங்களைப் பற்றியது. கலைக்களஞ்சியத்தில் எழுதுவதற்கு மா. கி. ஒரு வரையறை வைத்திருந்தார் எனத் தெரிகிறது. அவர் அறியாத பறவைகளைப் பற்றி ஒன்றும் எழுதவில்லை. தென்னிந்திய, குறிப்பாகத் தமிழ்நாட்டுப் பறவைகளைப் பற்றி மட்டுமே எழுதியுள்ளார். தமிழ்நாட்டுக்கு வலசை வரும் பறவைகளில் அவர் கவனிப்புக்கு உட்பட்ட பறவைகள் சிலவற்றையும் எழுதத் தேர்வு செய்துகொண்டுள்ளார்.

கலைக்களஞ்சியம் என்பது தகவல் கிடங்கு. அதில் வாசிப்புச் சுவை சேர எழுதுவது கடினம். மா. கி. இவ்விரண்டையும் புரிந்துகொண்டு தகவல்களைச் சுவைபடத் தர முயன்றிருக்கிறார். இதழ்களில் பறவைகள் குறித்து அவர் எழுதியுள்ள கட்டுரைகளோடு இவற்றை ஒப்பிட்டால் வேறுபாடு புரிகிறது.

காகம், குக்குறுவான், கௌதாரி, பச்சைக்கிளி, மணிப்புறா, மாடப்புறா, மைனா, வல்லூறு ஆகிய எட்டுப் பறவைகள் பற்றிய கட்டுரைகள் கலைக்களஞ்சியத்திலும் இருக்கின்றன. இதழ்களில் தனியாகவும் அவற்றைப் பற்றி எழுதியுள்ளார். தகவல்கள் பொது வாக இருந்தாலும் வேறுபடுத்த முயன்றிருக்கிறார். வல்லூறு பற்றிய இதழ்க் கட்டுரையில் வல்லூறின் பெயர் தொடர்பான விவாதத்தைக் கொண்டு தொடங்குகிறார். கலைக்களஞ்சியக் கட்டுரையில் 'இரண்டையும் வல்லூறு என்று சொல்கிறோம்' எனத் தகவலுக்கு உரிய தன்மையைத் தருகிறார். கௌதாரி பற்றிய இதழ்க் கட்டுரையில் கௌதாரி வளர்ப்பு குறித்து அவரது இளம் வயது அனுபவம் ஒன்றை விவரிக்கிறார். கலைக் களஞ்சியக் கட்டுரையில் அது இல்லை. எனினும் எளிமையான வாசிப்புக்கு உகந்ததாக மாற்றும் எழுதுமுறை கொண்டிருக்கிறது கட்டுரை.

இதழ்க் கட்டுரைகளில் அனுபவத்தை விவரிக்கலாம். சுய பார்வையை முன்வைக்கலாம். விரிவாகவும் எழுதலாம். ஆனால் கலைக்களஞ்சியத்தில் இவற்றுக்கு இடமில்லை. பொதுவாகவே சுருங்கச் சொல்லல் மா. கியின் இயல்பு. இதழ்க் கட்டுரைகளில் கூட அவசியமற்ற நீட்டல் இருக்காது. கலைக்களஞ்சியத்தில் மிகவும் சுருங்கச் சொல்லியிருக்கிறார். தகவல்களைத் தேர்வு செய்துகொள்ளும் முறையில் அவரது சுயபார்வை செயல்பட் டிருக்கிறது. அனுபவத் தகவல்களுக்கு முன்னுரிமை கொடுத் திருப்பதால் ஈர்ப்பான நடை அமைந்திருக்கிறது. அவரது நடை சொற்களைப் பின்னும் முறையில் எல்லாவற்றையும் காட்சிப் படுத்தி மயக்கமூட்டும் இயல்புடையது. உழவாரக் குருவிகள் எப்போதும் பறந்துகொண்டேயிருக்கும் என்பதை அவை 'காற்றி லேயே வாழும்' என்பார். கரிக்குருவி இரை பிடிக்கும் நேர்த்தியை 'மேயச் செல்லும் மாடுகளின் முதுகில் உட்கார்ந்து சவாரி செய்து அவைகளின் குளம்புகள் கிளப்பும் பூச்சிகளை வேட்டை யாடும். வேகமாய்ப் பறந்து காற்றில் சுழன்று இரை பிடிப்பதில் இது மிக்க திறமை வாய்ந்தது' என விவரிக்கிறார். இந்தக் கட்டுரை களை ஒருசேர வாசிக்கும்போது பறவைகள் பற்றிய அறிவு மட்டு மல்ல, அனுபவமும் கிடைக்கிறது. அதுதான் நான் இவற்றைத் தொகுத்து நூலாக்கக் காரணம்.

இவற்றைத் தொகுத்திருக்கும் செய்தியைத் தியடோர் பாஸ்கரன் அவர்களிடம் தெரிவித்தபோது மகிழ்ச்சி அடைந்த தோடு பல்வேறு ஆலோசனைகள் கொடுத்துதவினார். மிக முக்கியமாக மா. கிருஷ்ணன் எழுதி 1961ஆம் ஆண்டு கான்துறை யால் (இன்றைய 'வனத்துறை'க்கு அன்றைய சொல்லாக்கம் இது. மிகப் பொருத்தமானதும் தொன்மை வாய்ந்ததுமான இக் கலைச்சொல் கைவிடப்பட்ட காரணம் தெரியவில்லை.) வெளி

யிடப்பட்ட 'வேடந்தாங்கல் நீர்ப்பறவைக் காப்புச்சாலை' என்னும் சிறுநூலை அரிதின் முயன்று பெற்று இத்தொகுப்பில் சேர்த்துக் கொள்ள எனக்களித்தார். இத்தொகுப்புக்கு மிகவும் பொருத்தமான முடிவுக் கட்டுரையாக அது அமைந்திருக்கிறது. கலைக் களஞ்சியக் கட்டுரைகளின் அகர வரிசையில் வைப்பதற்கும் இயல்பாகவே இது இறுதியில் பொருந்துகிறது. பறவைகளைத் தனித்தனியாக விளக்கும் கட்டுரைகளுக்குப் பின் அவை கூடி வாழும் பறவைச் சரணாலயம் பற்றிய கட்டுரை அமைகிறது. வனவிலங்குப் புகலிடங்கள் கட்டுரையிலும் வேடந்தாங்கல் உள்ளிட்ட பறவைச் சரணாலயங்கள் பற்றி உண்டு. எனினும் வேடந்தாங்கல் கட்டுரை பறவையினங்கள், பறவைகளின் வாழ்க்கை, வேடந்தாங்கலில் அவை வாழ்வதற்கான காரணங்கள், அவற்றின் பயன்கள் என விரிகிறது.

பறவைகளைப் பற்றி நிலவும் ஆதாரமற்ற கருத்துகள், மூட நம்பிக்கைகள், தவறான எண்ணங்கள் முதலியவற்றைப் போக்கும் வகையில் எழுதுவதும் மா. கிருஷ்ணனின் இயல்பு. 'இரவில் இவற்றின் குரல் அச்சமும் வெறுப்பும் தருகின்றதென எண்ணுவதாலும் அறியாமையாலும் நாம் ஆந்தைகளை அபசகுனச் சின்னங்களாகக் கருதுகிறோம்' என எழுதியுள்ளார். அதுபோலப் பிற நாடுகளில் இருந்து வலசை வரும் பறவைகள் வேடந்தாங்கலில் கூடுகட்டி இனம் பெருக்கும் என்பது கதை யென விளக்குகிறார். 'வேடந்தாங்கல்' என்னும் ஊர்ப்பெயர் பற்றிய பகுதி சிறு ஆய்வாக விரிகிறது. அங்கு வசிக்கும் பறவை களைப் பற்றிய செய்திகள் மிகச் சிறந்த பதிவுகளாக உள்ளன. 1961ஆம் ஆண்டு வெளியான இந்நூலில் காணப்படும் வேடந்தாங்கல் சித்திரம் இப்போது முழுவதும் பொருந்துமா எனத் தெரியவில்லை. ஐம்பது ஆண்டுகளுக்குப் பின்னான இன்றைய வேடந்தாங்கல் பற்றி இப்படிப்பட்ட சிறுநூல் வர வேண்டியது அவசியம்.

மா. கிருஷ்ணன் தமிழில் எழுதியவை அனைத்தும் தொகுக்கப்பட்டுவிட்டன எனக் கருத முடியாது. மறைமலையடிகள் நூல்நிலையத்தில் 'பாரதமணி' இதழ்களை ஒருமுறை பார்வையிட்டபோது 'பெருச்சாளி' என்னும் கட்டுரையை அதில் கண்டேன். சுவை ததும்பும் அக்கட்டுரையை என் மாணவர் பெ. முத்துசாமி மூலம் படியெடுத்துத் தியடோர் பாஸ்கரன் அவர் களிடம் சேர்ப்பித்தோம். மா. கி. 'பாரதமணி'யில் கட்டுரை எழுதி யுள்ளார் என்பதே புதுத்தகவல். அவ்விதழை முழுமையாகப் பார்த்தால் இன்னும் சில கட்டுரைகள் கிடைக்கக்கூடும். அது போல அக்கால இதழ்கள் பலவற்றையும் பார்க்க வேண்டியது அவசியம். 'வேடந்தாங்கல்' பற்றிய சிறுநூலை வெளியிட்ட கான்துறை 1959ஆம் ஆண்டு 'முதுமலை வனவிலங்குச் சர

ணாலயம்' பற்றிய நூலையும் வெளியிட்டிருக்கிறது. 'வேடந் தாங்கல்' நூல் முதலில் ஆங்கிலத்திலும் பின்னர் தமிழிலும் வெளிவந்துள்ளது. 'முதுமலை' நூல் ஆங்கிலத்தில் வெளி யானதா தமிழில் வெளியானதா அல்லது இருமொழிகளிலுமா என்பது தெளிவாகவில்லை. அது ஆங்கிலத்தில் மட்டும் வந் திருந்தால்கூட அதை மொழிபெயர்ப்பது அவசியம். அவர் எழுதி ஆங்கிலத்தில் வந்த நூல்களையும் தமிழில் மொழி பெயர்க்க வேண்டும். ஏனெனில் மா. கிருஷ்ணனின் எழுத்துக்கள் தமிழகம் சார்ந்தவை. நமது செல்வங்கள் பற்றியவை. தமிழ் அறிவுப்புலத்திற்குப் பங்களித்தவை. கானுயிர்களே உலகைக் காக்கும் என்னும் உணர்வு உறுதிப்படும் இந்நாளில் அவற்றைப் பற்றிய அடிப்படை அறிவு அனைவருக்கும் தேவை. பறவை களோடு இயைந்து வாழும் மகிழ்ச்சி பெருகும் வாழ்வை அவாவும் உள்ளங்களுக்கு மா. கியின் எழுத்துக்கள் நெருக்க மானவை.

○ ○ ○

இந்நூலுக்கெனச் சில பதிப்புமுறைகளைப் பின்பற்றியுள் ளேன்.

கலைக்களஞ்சியத்தில் உள்ள முறையில் எந்த மாற்றமும் இன்றிக் கட்டுரைகள் கொடுக்கப்பட்டுள்ளன. பறவைகளின் தமிழ்ப் பெயர்த் தலைப்புகளை அடுத்து அவற்றுக்குரிய ஆங்கிலப் பெயர்கள் கொடுக்கப்பட்டும் கொடுக்கப்படாமலும் உள்ளன. சில பறவைகளின் வேறு தமிழ்ப் பெயர்கள் அடைப்புக் குறிகளுக்குள் தரப்பட்டுள்ளன. அவை அவ்விதமே இந்நூலிலும் வழங்கப்பட்டுள்ளன.

பறவைகளுக்கான ஓவியங்களை மா. கிருஷ்ணனே வரைந் துள்ளார். என்னும் கையொப்பக் குறியீட்டை ஓவியத்திற்கு அவர் பயன்படுத்துவார். அதைக் கொண்டு அவர் வரைந்தவை தாம் என உறுதி செய்யப்பட்டன. சில ஓவியங்களில் அக்குறியீடு இல்லை எனினும் அவை அவருடைய கைவண்ணமாகவே தோன்றுகின்றன. கலைக்களஞ்சியப் புகைப்படங்களும் அப் படியே பயன்படுத்தப்பட்டுள்ளன.

அவசியமான குறிப்புகள் அந்தந்தக் கட்டுரைகளின் அடியி லேயே கொடுக்கப்பட்டுள்ளன. நூலின் பின்பகுதியில் வெளியீட்டு விவரம், பறவைகளின் ஆங்கிலப் பெயர்கள், பொருளடைவு ஆகியன தரப்பட்டுள்ளன. பறவைகளின் ஆங்கிலப் பெயர்கள் பெரும்பாலும் கட்டுரைகளில் மா. கிருஷ்ணன் கையாண்டுள்ள வற்றின் தொகுப்பே. ஆங்கிலப் பெயர் இல்லாத சிலவற்றிற்குத் தியடோர் பாஸ்கரன் மூலம் பெறப்பட்டன.

○ ○ ○

இந்நூல் தொகுப்பு குறித்து மிகவும் அக்கறை காட்டி ஆலோசனைகள் வழங்கிய திரு. சு. தியடோர் பாஸ்கரன் அவர்கள் கானுயிர்க் கவனம் தமிழ்ச் சூழலில் உருவாகப் பெரிதும் காரணமானவர். அவருக்கு இந்நூலைக் காணிக்கை ஆக்கி மகிழ்கிறேன்.

❍ ❍ ❍

நாமக்கல் அறிஞர் அண்ணா அரசுக் கலைக் கல்லூரியின் தமிழ்த் துறை நூலகம், நாமக்கல் மாவட்ட மைய நூலகம் ஆகியவை இக்கட்டுரைகள் குறித்த பட்டியலைத் தயாரிக்கப் பெரிதும் உதவின.

விடுபட்ட கலைக்களஞ்சியத் தொகுதிகளைப் பார்வை யிடவும் மொத்தக் கட்டுரைகளையும் ஒளிநகலெடுக்கவும் சென்னை ரோஜா முத்தையா நினைவு ஆராய்ச்சி நூலகம் உதவியது.

இந்நூலகங்களுக்கு நன்றி.

❍ ❍ ❍

இப்பணியில் என்னை ஊக்கப்படுத்திய தியடோர் பாஸ்கரன், வெளியிட ஆர்வம் காட்டிய நண்பர் கண்ணன்,

படி எடுப்பிலும் மெய்ப்புத் திருத்தத்திலும் தகவல் சரி பார்ப்பிலும் பொருளடைவு தயாரிப்பிலும் உதவிய என் மாணவர்கள் முனைவர் மு. நடராஜன், பெ. பாலசுப்பிரமணியன், ப. குமரேசன், செ. கோபி

இந்நூல் பணியில் சிரத்தை கொண்டு சிற்றுதவிகள் புரிந்த என் மனைவி பி. எழிலரசி, என் மக்கள் இளம்பிறை, இளம்பரிதி,

இந்நூல் தயாரிப்பில் கவனம் செலுத்திய காலச்சுவடு பதிப்பகத்தைச் சேர்ந்த ஷாலினி உள்ளிட்ட ஊழியர்கள்.

அனைவருக்கும் நன்றி.

பெருமாள்முருகன்

❍ ❍ ❍

ஒன்பதாம் பதிப்புக்கான குறிப்பு

'பன்றி வேட்டை' என்னும் கட்டுரை இப்பதிப்பில் புதிதாகச் சேர்க்கப்பட்டுள்ளது. மா. கிருஷ்ணன் ஆங்கிலத்தில் எழுதிய இக்கட்டுரை கே.ஜி. ஸ்வாமிநாத சாஸ்திரி என்பவரால் மொழி பெயர்க்கப்பட்டு 1961 மார்ச் மாத *மஞ்சரி* இதழில் வெளியாகி யுள்ளது. இக்கட்டுரையை கண்டெடுத்துக் கொடுத்தவர்கள் நண்பர் கல்யாணராமன், ஏ. தனசேகர் ஆகியோர். அவர்களுக்கு நன்றி.

❍ ❍ ❍

பறவைகள்

ஆட்காட்டிக் குருவி

தண்ணீர் அருகிலுள்ள மணற்பாங்கான இடங்களில் இக்குருவிகளைக் காணலாம். மனிதரைக் கண்டால் "கிக் – கிக் – கிக் – கீ" என்று கத்தி எச்சரிக்கை செய்து வட்டமிட்டுப் பறக்கும் இயல்பு வாய்த்திருப்பதால்தான் இவைகளுக்கு இப்பெயர். ஐயப்படக்கூடிய மற்ற பிராணிகளைக் கண்டாலும் இவை இப்படியே பறந்து எச்சரிக்கை செய்யும்.

ஆட்காட்டிக் குருவிகளுள் இருவகையுண்டு. இரண்டும் நீண்ட மஞ்சள் கால்கள் கொண்டு, ஒரு கௌதாரி அளவில், மேற்பக்கம் கபில நிறமாகவும் அடி வெளுத்தும் தலையும் கழுத்தடியும் கறுப்பாகவும் இருக்கும். இரண்டும் இருப்பிலும் போக்கிலும் ஒன்றையொன்று ஒத்திருக்கும். ஒரு வகையில், (Red-wattled Lapwing) அலகின் மேலும் கண்முன்னும் இரத்தச் சிவப்பான தோல் மடிப்புக்கள் இருக்கும். மற்ற வகையில் (Yellow-wattled Lapwing) இத்தோல் மடிப்புகள் மஞ்சள் நிறமாக இருக்கும்.

•

குறிப்பு: மக்கள் 'ஆக்காட்டி' என வழங்குவர். 'ஆக்காட்டி ஆக்காட்டி எத்தன முட்டையிட்ட' எனத் தொடங்கும் நாட்டுப்புறப் பாடல் புகழ் பெற்றது.

மா. கிருஷ்ணன்

ஆந்தைகள்

இரவில் சஞ்சரிக்கும் பறவைகளுள் ஆந்தைகளே முக்கிய மானவை. இருட்டிலும் மங்கின அந்தி வெளிச்சத்திலும் வேட்டை யாடி வாழ ஆந்தைகள் பல பொருத்தங்கள் கொண்டிருக்கின்றன. அவைகளின் பரந்த கண்மணிகள் கொண்ட பெருவிழிகள் இருளைத் துளைத்து நெடுந்தூரம் பார்க்கும். பகல் வெளிச்சத்தில் ஆந்தைகளுக்குக் கண் கூசும். அரவம் செய்யாமல் பறந்து வந்து இரைகளின்மேற் பாய்வதற்கு ஏற்றவாறு ஆந்தைகளின் அகன்ற சிறகுகளில் மிக மிருதுவான இறகுகள் இருக்கின்றன. ஆந்தை பறக்கும்போது ஒலியே கேட்பதில்லை. மேலும் இரையைப் பிடிக்கக் கூரிய பெரு நகங்கள் வாய்ந்த இறுகப் பற்றும் கால்களும் தசை கிழிக்கும் வளைந்த அலகும் இதற்கு உண்டு. வண்டு முதலிய பூச்சிகளும் பல்லி, எலி போன்ற சிறு பிராணிகளும் பறவைகளும் ஆந்தைகளின் முக்கிய உணவு. எலிகளைக் கொன்று ஒழிப்பதில் இப்பறவைகள் நமக்கு அனுகூலமாகவே இருக்

கின்றன. ஆனால், இரவில் இவற்றின் குரல் அச்சமும் வெறுப்பும் தருகின்றதென எண்ணுவதாலும் அறியாமையாலும் நாம் ஆந்தை களை அபசகுனச் சின்னங்களாகக் கருதுகிறோம்.

நாளெல்லாம் ஆந்தைகள் இலை மறைவிலோ மரப்பொந்து களிலோ குகைகளிலோ ஒளிந்துறங்கும். இருட்டினதும் வேட்டை யாடப் புறப்படும். ஆந்தைகளின் பெருங்கண்கள் வட்டமான தட்டை முகங்களில் பொருந்தியிருப்பதால் நம்மைப்போல் அவைகளுக்கும் நேர் எதிர்ப் பார்வையே உண்டு. ஒரு பக்கமாகப் பார்க்க வேண்டுமென்றால், மற்ற பறவைகளுக்கு இயல்வது போல் அப்பக்கமுள்ள கண்ணைக் கொண்டு மட்டுமே பார்க்க இயலாது; முகத்தை அந்தப் பக்கம் திருப்பியே பார்க்க வேண்டும். ஆனால் உடலைச் சற்றும் அசைக்காது தலையைச் சுற்றித் திருப்பிப் பின்பக்கம் பார்க்கும் சக்தி ஆந்தைகளுக்குண்டு.

உருண்ட உடலும், உருண்ட மொட்டை மண்டையும் கொண்டு ஒரு மைனாவின் அளவில் இருக்கும் சிறுவகை ஆந்தையைப் (Spotted Owlet) பலரும் பார்த்திருப்பார்கள். இது தோட்டங்களிலும் மனிதர்களின் இருப்பிடங்களை அடுத்தும் சாதாரணமாகக் குடிகொள்ளும். மற்ற ஆந்தைகள் இரவில் மட்டும் வெளிவரும். இது சிலவேளை பகற்போதிலும் கம்பங்கள் மீதும் மரங்களிலும் உட்கார்ந்திருக்கும்; இருட்டினதும் கூக் குரலிடும்.

ஊமன்

மா. கிருஷ்ணன்

இதிலும் பெரியதாய் ஒரு காகத்தின் அளவில் வெளுப்பான முகமும் மார்பும் வயிறும் உடையதும் கரும்புள்ளிகள் தெளித்த இளங்கபில முதுகும் உடையதுமான கோட்டான் *(Barn or Screech Owl)* எனப்படும் மற்றொரு ஆந்தையை மசூதிகளிலும் கோட்டைகளிலும் பழங்கட்டடங்களிலும் பார்க்கலாம். இரவில் கேட்கும் இதன் குரல் மிகவும் அருவருப்பாக இருக்கும். ஆனால் இது குடியிருக்குமிடங்களில் எலிகளையும் சுண்டெலிகளையும் வேட்டையாடி நமக்கு உதவி புரிகிறது.

குகைகளில் வாழும் பெருங்கூகை *(Great Horned Owl)* ஒரு பருந்தின் அளவில், அதிலும் தடித்துச் சிறு கோடுகளும் புள்ளி களும் தெளித்த அடர்ந்த கபில நிறமாக இருக்கும். இதற்குத் தலையின் இரு பக்கமும் செங்குத்தாக நிற்கும் கொம்புகள் போன்ற சிறகு முடிகள் உண்டு. இதை நாட்டுப்புறங்களில், பாறைகள் செறிந்த இடங்களில் பார்க்கலாம். இது, சிறு மிருகங் களையும் பறவைகளையும் இருளில் கொன்று வாழும். இதன் ஆழ்ந்த குரல் அந்திப்பொழுதில் நீண்டு தொனிக்கும்.

கூகையைப் போலவேயுள்ள ஊமன் *(Brown Fish Owl)* என்ற பேராந்தையின் கொம்புகள் குத்தாய் நிற்காது சிறிது படிந்திருக்கும். தவிரவும் இதன் கால்கள் கூகையின் கால்கள் போலில்லாது சிறகுப் போர்வை அற்றிருக்கும். இது தண்ணீரும் பாறைகளு முள்ள இடங்களில் குடியிருக்கும். நீர்மட்டத்தின்மேல் பறந்து மீன் வேட்டையாடும். மீன்களையும் நண்டுகளையும் எலிகளை யும் பறவைகளையும் இரையாகக் கொள்ளும். இதன் குரலில் ஓர் உருமும் தொனி கேட்கும்.

•

ஆலா

கடற்கரையில் வாழும் கழுகு வகை *(White bellied sea eagle)*.

இது பருந்தளவாயிருக்கும்; தலையும் மார்பும் வயிறும் வாலும் வெளுத்து, மற்றெங்கும் கருஞ்சிவப்பு நிறமாக இருக்கும். கடல்மீது நாளெல்லாம் சளைக்காது இறக்கையடித்தும் வட்ட மிட்டும் பறந்து உரத்த குரலில் கத்தும். இணைசேரும் காலத்தில் மற்ற காலங்களைவிட அதிகமாகப் பறந்து அலைந்து கூக்குரலிடும். இது நண்டு, மீன் வகைகளைப் பிடித்துத் தின்னும். ஆற்றுக் குருவியையும் ஆலா என்பதுண்டு.

•

குறிப்பு: 'ஆலாப் பறத்தல்' என்னும் மக்கள் வழக்கு நாளெல்லாம் இடைவிடாமல் பறக்கும் இப் பறவையின் இயல்பிலிருந்து உருவாகி இருக்கக் கூடும்.

மா. கிருஷ்ணன்

இராசாளி

கொல்லுந்தன்மையுள்ள பல பறவைகளுக்கும் இப்பெயரைப் பலர் பொதுப்பட உபயோகித்தாலும், ஆங்கிலத்தில் பானெல்லிக் கழுகு *(Bonelli's Eagle)* எனப்படும் பறவைக்கே இது பொருந்தும். இந்தப் பறவை மேற்பாகம் கறுத்து அடி வெளுத்திருக்கும். இது சாதாரணப் பருந்திலும் சிறிதளவே பெரிதாக இருந்த போதிலும் மயில் போன்ற பெரிய பறவையையும் கொல்லும். மிக அடர்த்தி இல்லாத காட்டுப் பக்கங்களில் இது வசிக்கும் (கொண்டையன் என்ற தலைப்பின் கீழும் பார்க்க).

•

இருவாய்க் குருவி
(Hornbills)

இக்குருவிகளுள் சிறிதான வகையும் ஒரு பருந்தளவு இருக்கும். இப்பறவைகளின் மிகப் பெரிய அலகுகளே இவைகளின் முக்கிய அமிசம். ஒரு பேரலகின்மேல் மற்றொரு பேரலகைத் தலை கீழாய்க் கவிழ்த்து ஒட்டினாற்போல் இருப்பதால் இருவாய்க் குருவி என்ற விசித்திரப் பெயர் இவைகளுக்கேற்பட்டது. இவை அத்திவகைப் பழங்களையும் மற்ற பழங்களையும் தம்முடைய பேரலகினால் திருகிப் பிடுங்கித் தின்னும்; சில வேளைகளில் பெரும் பூச்சிகளையும் பல்லிகளையும் ஓணான்களையும்கூடப் புசிக்கும். இருவாய்க் குருவி மரமடர்ந்த இடங்களில், முக்கியமாகக் காடுகளில் குடியிருக்கும். மர உச்சிகளை விட்டுக் கீழிறங்கி இவை தரையில் நடமாடுவதில்லை. பறக்கும்போது ஒலி செய்து கொண்டே விரைந்து இறகடித்துச் சிறிது தூரம் சென்று, பின் சிறிது தூரம் காற்றில் இறக்கையைப் பரப்பி மிதந்து, பிறகு மறுபடியும் படபடவெனச் சிறகடித்துச் செல்லும். இவை மரங் களில் பெரும்பொந்துகளில் முட்டையிடும். பேடை அடைகாத்துக்

மா. கிருஷ்ணன்

குஞ்சு பொரிக்கும் வகையும் வியப்பானதே. பொந்துள் அடைகாக்கும் பேடை, தன் மலத்தை அலகினால் கொல்லறு[1] கொண்டு பரப்புவதுபோல் பரப்பிப் பொந்தின் வாயை அடைத்துவிடும். இந்த அடைப்பின் நடுவில் பேடையின் அலகைக் கொள்ளும் ஒரு தொளை[2] மட்டும் விட்டிருக்கும். ஆண் இரைதேடிக் கொண்டு வந்து, இந்தத் தொளை வழியாகப் பேடைக்கு இரை ஊட்டும். குஞ்சு பொரிக்குமட்டும் ஆண் கொண்டுதரும் உணவைப் புசித்துப் பேடை தன் சிறையுள் அடைபட்டிருக்கும். பிறகு அடைப்பை உடைத்து வெளிவரும். பெண் அடைகாக்கும் சமயத்தில் ஆண் இறக்கவே, வேறோர் ஆண் வந்து அதற்குத் தீனி கொடுத்ததையும் கண்டிருக்கிறார்கள்.

சாதாரணமாகக் காடுகளில் குடியிருக்கும் இருவாய்க் குருவி (Common Grey Hornbill) சாம்பல் நிறமாக ஒரு பருந்தின் அளவிருக்கும். மலையாள நாட்டிலும் அங்குள்ள மலைத்தொடரிலும் இதன் அலகின்மீது மற்றோர் அலகுபோன்ற புடைப்புக் கிடையாது.

மலையாளத்திலும் வேறு இடங்களிலும் இதிலும் மிகப் பெரியதான ஓர் இருவாய்க் குருவி (Great Indian Hornbill) உண்டு. இது படத்தில் காண்பதுபோல், கறுப்பும் வைக்கோல் நிறமுமாகப் பட்டை பட்டையாக இருக்கும். இது பேரலகும் பெரிய வாலும் உட்பட நாலடி நீளமிருக்கும். இது சிறகடித்துப் பறக்கும் ஒலி நெடுந்தூரம் கேட்கும்படி முழங்கும். இருவாய்க் குருவிக்கு மலைமொங்கான் என்றும் பெயர்.

●

குறிப்பு: 1. 'கொல்லறு - கொத்தன் கரண்டி.' (தமிழ் லெக்சிகன், தொகுதி 2, ப.1156) கட்டிட வேலைக்குப் பயன்படும் காரைக் கரண்டி.

2. தொளை – துளை.

உழவாரக்குருவி

[தலையில்லாக் குருவி]

இக்குருவி பெரும்பாலும் காற்றிலேயே வாழும். தரையிலோ மரக்கிளைகளிலோ தந்திக் கம்பிகளிலோ இறங்கிக்கூட இளைப்பாறுவதில்லை. நாளெல்லாம் சலியாது காற்றில் பறக்கும்; இரவில் அடைவிடத்தில் வந்தடையும். இக்குருவி (House Swift) களுள் சாதாரணமாக இருவகைகளுண்டு. ஒன்று மற்றொன்றிலும் சற்றுப் பெரியது. நீண்ட இறக்கைகளுள்ள ஓர் ஊர்க்குருவியின் அளவிருக்கும். இது கறுப்பாகவும் பிளவற்ற மொட்டை வாலுடனு மிருக்கும். வாலின் அடியைச் சுற்றி வெள்ளையாக இருக்கும்.

இந்தப் பெரிய உழவாரக்குருவியை நாட்டுப்புறங்களிலும் நகரங்களிலும் பார்க்கலாம். நாளெல்லாம் அனாயாசமாகவும்

மா. கிருஷ்ணன்

வேகத்துடனும் வானத்தில் சுற்றித் திரிந்து பூச்சியிரை தேடும். இருட்டினதும், பல சேர்ந்து ஒரு பழைய சுவர்மீது வரிசையாகக் கட்டிய தம் கூடுகளிலும் பழைய கட்டடச் சந்துகளிலும் வந்தடையும். இப்படி அடையுமுன் கும்பலாகக் கூடி வானத்தில் விரைந்து சுழன்று பறந்து கீச்சிட்டு விளையாடும்.

இதிலும் சிறியதோர் உழவாரக்குருவி *(Palm Swift)* பனைமரங்களுள்ள இடங்களில் சஞ்சரிக்கும். இது இருட்டினதும் பனை ஓலைகளில் வந்தடையும். இதன் வால் பிளந்திருக்கும்.

ஊர்க்குருவி

நமக்கு நன்றாகத் தெரிந்த பறவைகளுள் காக்கைக்கடுத்தாற் போல் ஊர்க்குருவியைச் சொல்லலாம். இதையேதான் அடைக்கலாங் குருவி என்றும் சிட்டுக்குருவி என்றும் சொல் கிறார்கள். மனித சமூகத்துடன் இது எப்போதும் குடியிருந் தாலும், ஊர்க்குருவிகள் இல்லாத ஊர்களுமுண்டு. பலவிதத் தானியங்களைப் புசிப்பதுடன் இக்குருவிகள், பூ மொட்டுக்களை யும் பல பூச்சிகளையும் தின்னும். குஞ்சுகளுக்கு இரைதேடித் தரும் வேளைகளில் பூச்சிகளைப் பிடித்து இறக்கை, கால்கள் முதலிய கடினமான பாகங்களைப் பிய்த்தெறிந்து, பின் அவை களைக் குஞ்சுகளுக்கு ஊட்டுவது வழக்கம். குளிர்காலத்தில் நாட்டுப்புறங்களில், ஊர்க்குருவிகள் நூற்றுக்கணக்காக ஒரு புதரில் அடைந்து ஒன்று சேர்ந்து இரவைக் கழிக்கும்.

●

மா. கிருஷ்ணன்

கரிக்குருவி

[கரிச்சான், காரி]

மீன் வால்போல் நுனி பிளந்த நீண்ட வாலைக் குறிக்கும் கருவாட்டு வாலி என்ற பெயரும் இப்பறவைக்கு வழங்கும். இதனை வால் நீண்ட கருங்குருவி என்றும் கூறுவர். திவ்யப் பிரபந்தங்களில் வழங்கும் 'ஆனைச்சாத்தன்' என்ற பெயரும் இக்குருவியைக் குறிப்பதே. இதை எல்லோரும் பார்த்திருப்பார்கள். நகரங்களிலும் பட்டிக்காடுகளிலும் இதை சகஜமாகப் பார்க்க லாம். இது ஒரு வயல் நடுவில் உள்ள கொம்பின்மேலோ தந்திக்கம்பிமீதோ உட்கார்ந்து சுற்றிலும் பார்த்துக்கொண்டிருக் கும். ஏதேனுமொரு பூச்சி பறந்து வந்தால் அதைத் துரத்திப் பிடித்துக்கொண்டு மறுபடியும் கொம்பில் அமர்ந்துண்ணும். சில வேளைகளில் மேயச் செல்லும் மாடுகளின் முதுகில் உட்கார்ந்து சவாரி செய்து, அவைகளின் குளம்புகள் கிளப்பும் பூச்சிகளை வேட்டையாடும். வேகமாய்ப் பறந்து, காற்றில் சுழன்று, திரும்பி இரை பிடிப்பதில் இது மிக்க திறமை வாய்ந்தது. இப்படி விரைந்து பறந்து திரும்புவதற்கு இதன் பிளந்த வால் அனுகூலமாக இருக்கிறது. அதிகாலையில் விடியுமுன், கரிக் குருவிகள் பாடும்.

கரிக்குருவிக்குத் துணிவு அதிகம். தன்னிலும் மிகப் பெரிதான காக்கையோ பருந்தோ தன் கூட்டின் அருகே வந்தால் அவை களைத் துரத்தி, வானத்திலிருந்து அம்புபோல் அவைகளின் முதுகின்மேல் பாய்ந்து கொத்தி, நெடுந்தூரம் ஓட்டிவிடும். கரிக்குருவி கூடுகட்டிய உயர்மரத்தின் கீழ்க்கிளைகளில் மணிப் புறா முதலிய பறவைகள் கூடுகட்டிக்கொண்டு, கரிக்குருவியின் காவலில் வாழும். மனிதர் வெளியே புறப்பட்டுச் செல்லுகையில் கரிக்குருவியை எதிரில் கண்டு, அது வலமிருந்து இடம் சென்றால் நல்ல சகுனம் என்ற ஒரு பழைய நம்பிக்கை உண்டு.

•

கருங்குருவி

(Indian Robin)

கருங்குருவி
1. ஆண், 2. பெண்

இதைச் சிலர் 'சிறுகருங்குருவி' என்பர். வால் நீண்ட கருங்குருவிக்கும் இதற்கும் ஒருவிதமான உறவும் இல்லை. கருங்குருவி ஓர் ஊர்க்குருவியின் அளவே இருக்கும். ஆண் கருங்குருவி இறக்கைமேலுள்ள சிறு வெள்ளைக் கோட்டையும் வாலடியிலுள்ள சிவப்பையும் தவிர முழுக்கறுப்பாகவிருக்கும்; பேடை களிமண் நிறமாகவிருக்கும். வட இந்தியாவில் ஆணின் முதுகு களிமண் நிறமாகவும் மற்ற இடங்கள் கறுப்பாகவுமுள்ள ஒரு சாதியுண்டு. கருங்குருவிகள் அடிக்கடி வாலை முதுகின்மேல் உயர்த்தி, விரித்து மடிக்கும். இவை தரையிலும் புதர்களிலும் காற்றுவெளியிலும் பூச்சிகளை வேட்டையாடும். ஓரிடத்தில் நிலைத்துக் குடிகொள்ளும் பறவைகளில் இக்குருவியுமொன்று. ஆண் கருங்குருவி நன்றாகப் பாடும்.

•

கருடன்

எல்லோருக்கும் தெரிந்த பறவை. செம்பருந்து என்றும் இதைச் சொல்லுவதுண்டு. இதன் வெள்ளைத் தலையும் கழுத்தும் மார்பும் சிவலை மேற்பாகமும் சற்றுத் தடித்த உடல் வாய்ப்பும் வெகு தூரத்திலிருந்தே இதன் அடையாளத்தைக் காட்டும். நெய்தல் நிலங்களிலும் ஏரிகளுள்ள இடங்களிலும், இறக்கை பரப்பிக் காற்றில் வெகு சாதுரியமாக மிதந்து தவளைகளையும் நண்டு களையும் பாம்புகளையும் பிடித்துத் தின்னும்; நீர்மட்டத்தின்மேல் பறந்து மீன் பிடிக்கும். இதன் கீச்சுக்குரலின் ஒலியில் கிருஷ்ணா என்ற வாழ்த்து ஒலிப்பதாகத் தெய்வ சிந்தனையுள்ள இந்துக்கள் கூறுவர்.

கல்லுக்குருவி

(*Pied Bush-chat*)

1 2

கல்லுக்குருவி
1. ஆண், 2. பெண்

புதர்க்காடுகளிலும் வெளியிடங்களிலும் இணையாகக் குடியிருக்கும். ஆண் குருவி ஓர் ஊர்க்குருவியின் அளவில் கறுப்பாகவிருக்கும். அதன் அடிவயிறும் கீழ்முதுகும் வெள்ளையாக இருக்கும். இறக்கையில் வெள்ளைப்பட்டை தீட்டியிருக்கும். பெண் கல்லுக்குருவி மண் நிறமாக இருக்கும்.

இக்குருவிகள் ஒரே இடத்தில் நிலைத்து இணையாக வாழும். காற்றிலும் தரையிலும் வேட்டையாடி பூச்சிகளைப் பிடித்துண்ணும். மனித சமூகத்தைக் கண்டு இவை விலகி ஒதுங்குவதில்லை. நாட்டுப்புறங்களில், சற்று வெளிப்பாங்கான சூழ்நிலைகொண்ட வீடுகளில் இவை மனிதருடன் ஒட்டுக்குடி கொள்ளும். கோடைக் காலத்தில் ஒரு புதரில் மறைவாகவோ கட்டடச் சந்திலோ கூடுகட்டித் தங்கள் இனத்தைப் பெருக்கும்.

ஆண் கல்லுக்குருவி கூரைமீதோ ஒரு பட்டமரத்தின் உயர்கொம்பிலோ அமர்ந்து, களிப்புத் ததும்பும் குரலில் வெகு இனிமையாகப் பாடும். இந்தியப் பாட்டுப் பறவைகளிற் பெயர் பெற்றவைகளுள் இச்சிறு குருவியையும் ஒன்றாகச் சொல்லலாம்.

கவுதாரி

(*Patridge*)

புதர் நிறைந்த இடங்களிலும் வயற்காடுகளிலும் கவுதாரிகளைச் சாதாரணமாகப் பார்க்கலாம். இவ்விடங்களில், காலையிலும் மாலையிலும், இப்பறவைகள் தெளிவான உரத்த குரலுடன் கூவுவதைக் கேட்கலாம். இவை ஒரு புறாவின் அளவினும் சிறிது பருத்துச் சிறு வெண்பொட்டுகள் தெளித்த சிவலை முதுகும் மெல்லிய கருநூற்கோடுகள் இட்ட பழுப்பு மார்பும் சிவந்த கால்களும் கொண்டிருக்கும். வயற்காடுகளில் தானியங் களைப் பொறுக்கியும் செதில் போன்ற பூச்சிகளை உண்டும் இது வாழும். பெரும்பாலும் பூமியிலே ஓடியாடிச் சஞ்சரிக்கும். அபாயமேற்பட்டாலும் ஓடி ஒளிந்தே தப்ப முயலும். வேறு வழியில்லை என்றால் மட்டும் பறக்கும். ஆனால் இவை வேகமாகப் பறக்கும். ஆண் கவுதாரிகளைச் சண்டைக்காகப் பழக்கி வளர்ப்பதுண்டு.

வட இந்தியாவில் ஒரு கருங்கவுதாரியுண்டு (Black p.) இது இருட்டினதும் மரங்களில் அடைந்து இரவைக் கழிக்கும். இதன் குரல் மிகவுயர்ந்த ஓசையில் கரகரப்பாகவிருக்கும்.

•

குறிப்பு: காண்க: கௌதாரி, 'மழைக்காலமும் குயிலோசையும்', ப.55

கழுகுகள்

இவற்றைப் போன்ற பல பறவைகளையும் நாம் கழுகு என்றே அழைப்பதுண்டு. இவைகளுள் சிலவற்றைக் கூளி, ஆலா என்ற தலைப்புக்களின் கீழ் குறித்திருக்கிறோம். இங்கு பிணந்தின்னிக் கழுகுகளை (Vultures) மட்டும் குறித்திருக்கிறோம். இக்கழுகுகளே பறவைகளுள் இயற்கைத் தோட்டிகள். இவை வானத்தில் மிதந்து வட்டமிட்டுக் கூரிய நோக்குடன் பூமியைச் சோதிக்கும்; தங்கள் இனத்தாரின் போக்குவரவையும் கவனித்திருக்கும். ஒரு செத்த விலங்கின் இருப்பை அறிந்து ஒரு கழுகு கீழிறங்கினால் அதைக்கண்டு பல கழுகுகளும் கூடி அங்கு இறங்கி விருந்து கொள்ளும். கழுகுக்கூட்டம் ஒரு பெரிய விலங்கின் சவத்தையும் சிறிது நேரத்தில் கிழித்துப் புசித்துவிடும். வெள்ளெலும்புகள் மட்டும் மிகுந்திருக்கும்.

இவைகளுள் சிறியது, சாதாரணமாகக் காணப்படுவது மஞ்சட்களவாணி (மஞ்சள் திருடி *Neophron or Lesser white scavenger vulture*). இது ஒரு பருந்தளவிருக்கும்; சிறு வயதில் பருந்துபோல் கருஞ்சிவலை நிறமாகவிருக்கும். வயது வந்தபின் வெள்ளை உடலும் கருங்கரை வாய்ந்த இறக்கைகளும் மஞ்சள்நிற முகமும் அலகும் கொண்டிருக்கும். குப்பை மேடுகளில் இரை

மா. கிருஷ்ணன்

தேடிப் பொறுக்கும். திருக்கழுக்குன்றத்திலுள்ள பிரசித்திபெற்ற கோயிற்கழுகுகள் இவ்வினத்தைச் சேர்ந்தனவே.

மலைப்போரவை (*Black or king v.*) என்ற பெருங்கழுகு கறுப்பாக, இரத்தச் சிவப்பான இறகற்ற கழுத்துடன், ஒரு தோகையற்ற மயிலின் அளவிருக்கும். இது தனித்தும் இணையாகவு மிருக்கும்; கூட்டமாக வாழ்வதில்லை.

வங்காளக் கழுகு (*White - backed or Bengal v.*) மலைபோரவை யின் அளவாயும் கருஞ்சிவலை நிறமாயும் அடிமுதுகு வெள்ளை யாயும் இருக்கும்; தலையும் கழுத்தும் சிறகற்றிருக்கும். இவை பல கூடி வாழும்.

●

கற்கௌதாரி

(*Common sand grouse*)

இவை கூட்டமாகக் கூடிப் புதரற்ற வெளியிடங்களில் வாழும். இவை புறாவிலும் சற்றுச் சிறிதாகவும் கபில நிறமாகவும் இருக்கும். கால்களில் மயிர் போன்ற சிறகுகள் போர்த்தியிருக்கும். வாலில் இரு இறகுகள் கம்பிகள்போல் நீண்டுகொண்டிருக்கும். பேடையின் கபிலநிற உடலில் பல சிறிய கருங்கோடுகள் பொறித்திருக்கும். தரையிலே பெரும்பாலும் வாழும் இப்பறவைகள் நிறத்தில் தரையைப் போலிருப்பதால் எளிதிற் கண்ணுக்குப் புலப்படுவதில்லை. கற்கௌதாரிகள் வயல்களில் மேய்ந்து தானியங்களைப் பொறுக்கித் தின்று வாழும். இவை வெகுதூரம் அதிவேகமாகப் பறக்கும். குடிக்கத் தண்ணீரை நாடி, இவை கூட்டமாகக் கூடி வெகுதூரம் பறக்கும்.

•

காக்கை

(காகம்)

காக்கை
அண்டங்காக்கை — சாம்பற்கழுத்துக் காக்கை

காகங்களை அறியாதவர் எவர்? ஆனால் அவைகளை முற்றிலும் அறிந்தவர் யார் என்றும் கேட்கலாம். பறவைகளின் வாழ்க்கையில் இயல்பூக்கமே முக்கியமானபோதிலும், நீண்ட ஆயுளுள்ள காகங்களுக்கு அனுபவ புத்தியும் ஒருவிதப் பகுத்தறிவும் தந்திரமும் இருப்பது கவனிக்கத்தக்கது. இவை பலவிதமாகக் கூவி, அழைப்பு, எச்சரிப்பு முதலிய கருத்துக்களைத் தமக்குள் ஒருவாறாகக் குறிப்பிட்டுக்கொள்ளும்.

மனித சமூகத்தை அடுத்துத் திருடி வாழ்வதில் ஒன்றோடொன்று கலந்திருந்தும், சாம்பற்கழுத்துக் கொண்ட காக்கை (House crow) வேறு, முழுக் கறுப்பான அண்டங்காக்கை (Jungle crow) வேறு. சாம்பற்கழுத்துக் காக்கைகள் சமூகங்களில் கூடி வாழும். காலையில் தங்கள் அடைமரங்களைவிட்டுத் திரள் திரளாகப் பறந்து இரைதேடச் செல்லும்; மாலையில் மறுபடியும் நூற்றுக்கணக்காக அடைமரங்களில் வந்து கூடும். இவை நாட்டுப் புறங்களிலும் நகரங்களிலும் மனிதர் இருப்பிடங்களை ஒட்டி வாழும். அண்டங்காக்கைகளும் சிறுகூட்டங்களாகக் கூடி இருக்கும். ஆனால் தனித்தும் இணையாகவும் இருப்பதுண்டு. மேலும் இவை நடுக்காட்டிலும் சஞ்சரிக்கும்.

இருவகைக் காக்கைகளும் கோடையில் கூடு கட்டி நீலநிற முட்டைகளை அடைகாத்துத் தம் பொன் குஞ்சுகளை வளர்ப்பதுடன், குயிலின் குஞ்சுகளையும் சாதாரணமாக இவைகளே பொரித்து வளர்க்கின்றன.

பகலில் வாழும் பறவைகள் இருட்டினதும் இருப்பிடத்தில் அடைந்துவிடும். மற்ற பகற்காலப் பட்சிகளைப் போலில்லாமல், காக்கைகள் மங்கின வெளிச்சத்திலும் சஞ்சரிக்கும். நிலா வீசும் இரவுகளில் அவை நெடுநேரம் விழித்திருக்கும்.

•

குறிப்பு: காண்க: 'காகம்', மழைக்காலமும் குயிலோசையும், ப. 63.

காட்டுக்கோழி

(Jungle fowl)

கானக்கோழி என்றும் அடவிக்கோழி என்றும் இதை அழைப்ப துண்டு. வட இந்தியக் காட்டுக்கோழி வேறு; தென் இந்தியக் காட்டுக்கோழி வேறு. இரண்டும் நாம் வளர்க்கும் கோழியின் அளவே இருக்கும். வட இந்தியக் காட்டுக்கோழி சிவலை உடலும் நீலக்கறுப்பு வாலும் உடையது. பெட்டைக்கு நீண்ட வாலும் சிவந்த தசைக் கொண்டையும் இல்லை; சேவலுக்கு இருக்கும். வளர்க்கும் கோழி வகைகள் இக்காட்டுக் கோழியி னின்றும் உதித்தவை என்று கருதுகிறார்கள்.

தென்னிந்தியக் காட்டுக்கோழியின் சேவல் வெண்புள்ளி கரும்புள்ளி தெளித்த சாம்பல் நிறமாகக் கறுப்பு வால் கொண் டிருக்கும். கழுத்தின் மயிர் போன்ற சிறகுகள் மிக அழகாகப் புள்ளி வாய்ந்திருக்கும். பெட்டை மேற்பக்கம் சாம்பல் சிவலை யாக இருக்கும்; அடி வெளுத்துப் புள்ளிகள் போட்டிருக்கும்.

காட்டுக்கோழிகள் காடில்லாத இடங்களில் குடிகொள்வ தில்லை. சேவல் பல பெட்டைகளுடன் கூடியிருக்கும். அதிகாலை யில் எடுத்த குரலில் கூவும்.

●

பறவைகளும் வேடந்தாங்கலும்

காடை
(Quail)

இது புதர்க் காடுகளிலும் நாட்டுப்புறங்களிலும் வாழும். பருத்துருண்ட உடலும் சிறு மொட்டை வாலும் வெண்புள்ளிகள் தெளித்த கபிலநிற மேற்பாகமும் கரும்புள்ளிகளும் சிறுகோடு களும் பொருந்திய மார்பும் கொண்ட இப்பறவையில் பல வகையுண்டு. ஆண்காடைகளைப் பழக்கி ஒன்றோடொன்று சண்டையிடப் பந்தயங்கட்டுவதுண்டு. பலவகைச் சிறு தானியங் களே காடைகளின் முக்கிய உணவு.

மா. கிருஷ்ணன்

கிளி

இது பழைய காலத்திலிருந்து இந்தியாவில் பலவிடங்களிலும் கூண்டுப்பறவையாக வளர்க்கப்பட்டிருக்கிறது. எனினும் சுயேச்சை யாக நீளப்பறந்து கூட்டமாகக் கூடி வசிக்கும். நகரங்களிலும் பட்டிகளிலும் தோப்புக்கள் இருக்கும் இடத்தில் இதுவுமிருக்கும். கட்டடங்களின் சந்துகளிலும் மரப்பொந்துகளிலும் பச்சைக்கிளி கள் குடியிருந்து முட்டையிடும். பயிர்களுக்கும் பழமரங்களுக்கும் இது சேதம் விளைவிக்கும்.

பச்சைக்கிளியினும் சற்றுச் சிறிதாக, ஊதாநிறத் தலையும் மஞ்சள்முனை கொண்ட நீல வாலும் பச்சை உடலும் சிவப்புத் தோள்பட்டைகளும் பழுப்பு மஞ்சள் அலகும் உடைய மற்றொரு கிளியையும் (*Blossom headed Parakeet*) தமிழ்நாட்டில் சாதாரண மாகப் பார்க்கலாம். இதையும் கூண்டிலடைத்து வளர்ப்பதுண்டு. பல நிறங்களுடைய இக்கிளியே 'பஞ்சவர்ணக்கிளி'. தூரதேசத்தி லிருந்து கூண்டிலடைபட்டுக் கடல்கடந்து அரிதாக வந்த 'மக்கா' (*Macaw*) என்ற பெருங்கிளி பஞ்சவர்ணக்கிளி அல்ல.

கன்னிக்கிளி *(Lorikeet)*

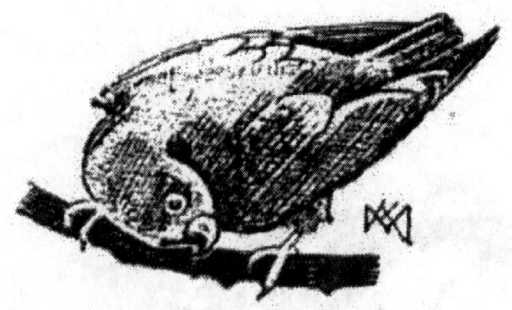

மற்றொரு கிளிவகையைச் சேர்ந்த சிறு பறவை. இதைத் தமிழ்நாட்டில், தெற்கேயுள்ள மலைச்சாரல்களில் பார்க்கலாம். இது ஓர் ஊர்க்குருவி அளவில் குட்டை வாலுடன் புல்பச்சை நிறமாக இருக்கும். அலகும் வாலின் மேலும் இரத்தச் சிவப்பாக விருக்கும். இச்சிறு கிளி இரவில் மரக்கொம்புகளிலிருந்து தலை கீழாகத் தொங்கித் தூங்கும்.

•

குறிப்பு: காண்க: 'பச்சைக்கிளி', மழைக்காலமும் குயிலோசையும், ப. 66.

கீச்சாங்குருவி

(*Shrike*)

முட்புதர் கொண்ட வெளிப்பாங்கான இடங்களில் குடியிருக்கும். நாட்டுப்புறங்களில் இவைகளைச் சாதாரணமாகக் காணலாம். இவைகளுள் பல வகைகளுண்டு. எல்லாவற்றிற்கும் அலகு தடித்து நுனி வளைந்திருக்கும்; முகத்தின் இரு பக்கங்களிலும் கறுத்த கண்பட்டைகள் உண்டு; உடலின் மேற்பக்கம் சாம்பல் நிறமாகவோ சிவலையாகவோ இருக்கும்; கீழ்ப்பக்கம் வெளுத்திருக்கும். கீச்சாங்குருவிகளின் அலகிலிருந்தே அவை பூச்சிகளையும் சிறு பல்லிகளையும் மற்றும் சில சிற்றுயிர்களையும் வேட்டையாடி வாழும் என்று புலப்படும். ஒரு கோலின்மீதோ பட்டமரக் கொம்பிலோ முள்வேலியிலோ உட்கார்ந்து சுற்றிலும் பார்த்து இரையைக் கண்டதும் அதன்மீது பாய்ந்து பிடித்துக்கொள்ளும். இவைகளின் கரகரப்பான குரலில் ஒருவகை அதிகாரத்தொனி தோன்றும். கீச்சுக்குரலில் இவை சாதாரணமாகக் கூவுவதில்லை; ஆனால் இனிமையான உயர்குரலில் சிலவேளைகளில் பாடலாம்.

பெரிய கீச்சாங்குருவி (*Grey-shrike*)

கிட்டத்தட்ட ஒரு மைனாவின் அளவு இருக்கும். இது சிறு பறவைகளின் குரலில் கூவி, அவை தங்கள் இனத்தவை அழைப்பதாக நினைத்து வந்ததும் அவற்றின்மேல் பாய்ந்து அவைகளைக் கொல்லும் என்பது வெறுங்கதை.

•

குக்குறுவான்

(*Coppersmith*)

இப்பறவையின் பெயர் இதன் குரலைக் கொண்டமைந்தது. இது மரங்கொத்திகளைப்போல் மரப்பொந்துகளில் முட்டை யிட்டு மரங்களில் வாழும். ஆனால் அவைகளைப்போல் அடி மரத்தில் தொத்தித் தட்டிட மரப்புழுக்களைத் தேடாது; இலை போர்த்த மேல்கிளைகளில் வசித்துப் பழங்களைப் புசிக்கும், ஆல், அத்தி வகை மரங்களுள்ள இடங்களில் குக்குறுவானைக் கட்டாயமாகக் காணலாம். இம்மரப் பழங்களில் இதற்கு விருப்பம் அதிகம்.

குக்குறுவான் ஓர் ஊர்க்குருவியினும் சற்றுப் பெரியதாகத் தடித்துக் குட்டை வாலுடனும் பருத்த கரிய அலகுடனுமிருக்கும். இதன் மேற்பாகங்கள் இலைப் பச்சையாகவும் நெற்றியும்

மார்பும் கால்களும் இரத்தச் சிவப்பாகவும் முகம் கறுத்த கண்பட்டைகொண்ட மஞ்சளாகவுமிருக்கும். மேலும் இதன் வகைப் பறவைகளுக்கு அலகின் தொடக்கத்தில் மீசை மயிர்களுண்டு. இப்பறவை பளிச்சென்ற நிறங்கள் கொண்டிருந்தும் இலைமறைவிலுள்ளபோது கண்ணிற்கு எளிதிற் தென்படாது. இதன் பசுமையும் சிவப்பும் கொண்ட தடித்த உருவம் ஆலிலைகளையும் பழங்களையும் ஒத்திருக்கும். கோடைக்காலம் தொடங்கினதும் எங்கும் 'குக், குக், குக்...' என்று விடாது, சலியாது நாளெல்லாம் ஒலிக்கும் குக்குறுவானின் குரலைக் கேட்கலாம். இதன் குரல் கோடையின் தொடக்க அறிகுறி. பிறகு, முதுவேனிற்காலம் முடிந்து, கார்காலம் வருமட்டும் இக்குரல் ஓயாது.

குக்குறுவானின் வகுப்பைச் சேர்ந்த வேறு சில பறவைகளும் கோடையில் களைப்புறாது கூவும். இவை அநேகமாய் குக்குறுவானிலும் பெரியவையாக, இன்னும் பசுமை படர்ந்து அதைப் போன்ற வடிவு கொண்டிருக்கும். இவைகளில் ஒன்றுக்கு 'மலைக்குக்குறுவான்' என்று பெயர். இது 'குக், குக்...' என்று கூவாது; 'குடுர்ர்ர்... குடுர்ர்ர்... குடுர்ர்ர்' என்று கூவும்.

•

குறிப்பு: காண்க:'குக்குறுவான்', மழைக்காலமும் குயிலோசையும், ப. 47.

குங்குமப்பூச் சிட்டு

(*Scarlet Minivet*)

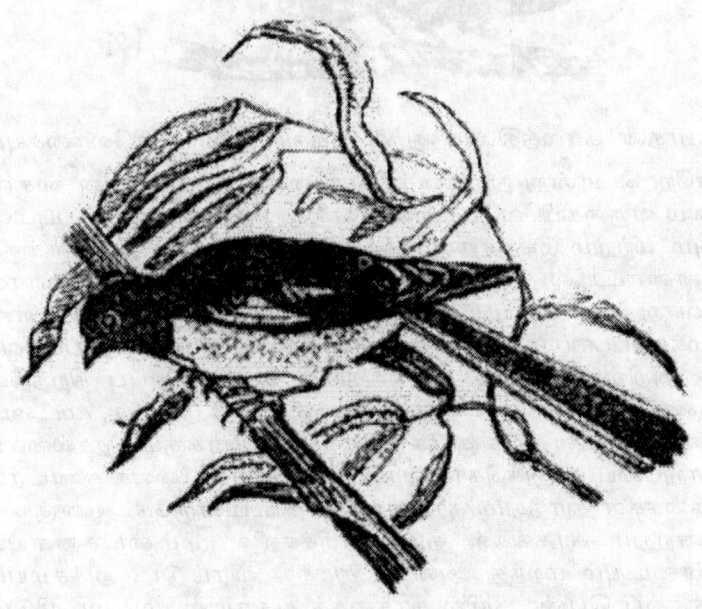

ஊர்க்குருவியினும் சற்றுப் பெரிதானது. ஆண் பறவையின் தலையும் மேற்பாகமும் வால் நடுவும் கறுப்பாகவும் மற்ற இடங்களில் இரத்தச் சிவப்பாகவும் இருக்கும். பெண் பறவையின் மேற்பக்கம் சாம்பல் நிறமாகவும் கீழே மஞ்சள்நிறமாகவும் இருக்கும். இவை சிறு கூட்டங்களாக மரக்கிளைகளில் பூச்சி இரைதேடி வாழும்.

●

குயில்

புராதன காலத்திலிருந்து வசந்தகாலமும் குயிலோசையும் ஒன்றோடொன்று நம் மனத்தில் இணைந்திருக்கின்றன. வசந்த காலம் வருகையிலேயே இரவும்பகலும் குயில்கள் பரபரப்புடன் கூவும். மற்றும் இக்காலம் கழிந்தபின்னும் பல மாதங்களுக்குத் தென்னாட்டில் குயிலோசை கேட்கும். குயில் புலவர்களால் பலவாறு பாராட்டப்பட்ட பறவையாக இருந்தும், பளபளப்பான முழுக்கறுப்பாய் இருக்கும் ஆண்குயிலை மட்டுந்தான் இப்புலவர் கள் அறிவர்போலும். பெண்குயில் கபிலக்கறுப்பு நிறத்தில் வெண்புள்ளிகள் தெளிந்திருக்கும். குயில் கூடுகட்டி, முட்டை களை அடைகாத்துக் குஞ்சு பொரித்து வளர்க்கும் தொல்லைப் பொறுப்பை ஏற்றுக்கொள்வதில்லை. ஆண்குயிலைக் கண்டால் காக்கைகள் துரத்தும். காக்கையின் கூட்டினருகே ஆண்குயில் சென்றதும் காகங்கள் தமது எரிச்சலில் முட்டைகளையும் கூண்டையும் மறந்து அதைத் துரத்தி விரட்டும். அச்சமயம் பார்த்துப் பெண் குயில் காக்கைக் கூண்டில் முட்டையிடும். பிறகு குயிற்குஞ்சைப் பொரித்து வளர்க்கும் கடமை காகங் களையே சேரும்.

சிறு வல்லூறின் புள்ளி பொறித்த தோற்றமும் பறக்கும் போக்கும் ஒருவாறு கொண்ட “புப்பீயா” (*Common hawk-cuckoo*) என்ற பறவையும் குயிலின் இனத்தைச் சேர்ந்ததே. இது தமிழ் நாட்டில் பிரசித்தி அடையாவிட்டாலும் வட இந்தியாவில் பெயர் பெற்றது. இது தன் முட்டைகளைத் தவிட்டுக் குருவிகளின் கூண்டுகளிலிட்டுக் குடும்ப பாரத்தை அவைகளின்மீது சுமத்திவிடும்.

•

குறுங்காடை
(Bustard Quail)

காடை போன்ற இப்பறவைக்குக் கால்களில் பின்விரல் இல்லை. பார்வைக்கு இது அளவிலும் வர்ணத்திலும் காடைகளைச் சற்று ஒத்திருக்கும். இதன் இல்லற வாழ்க்கை விசித்திரமானது.

சாதாரணமாகப் பறவைகளுள்ளும் பேடையைவிட ஆண் பெரிதாகவும் வலிமை மிகுந்தும் அழகாகவும் இருக்கும். ஆனால் சில பறவை வகைகளுள் பேடையே பெரிதாகவிருக்கும். இத்தகைய பறவைகளில் குறுங்காடை முதன்மையானது. குறுங்காடையின் பேடை ஆணிலும் பெரிதாய், அழகிய நிறச் சிறப்புடனிருக்கும். மேலும் பேடையே இல்லற வாழ்க்கையில் தலைமையானது. பேடை பூமியில் ஒரு சிறு குழியில் முட்டைகளை இடும். பிறகு முட்டைகளை அடைகாத்துக் குஞ்சு பொரித்துக் காப்பதெல்லாம் ஆணின் பொறுப்பு. பேடை மற்றோர் ஆணைத் தேடிச் சென்றுவிடும்.

பெண் குறுங்காடை குரலெடுத்துக் கூவுவது தூரத்தில் ஒரு மோட்டார் சைக்கிள் செல்லும் ஓசையை ஒத்திருக்கும்.

•

மா. கிருஷ்ணன்

கூளி
(Tawny eagle)

அளவில் பருந்தினும் நீண்டு, பருத்துப் பருந்தின் நிறமாக இருக்கும். காலில் விரல்கள்வரை சிறகுப் போர்வை படர்ந்திருக்கும். வால் மொட்டையாக இருக்கும். கூரிய வளைந்த பெரிய அலகும் நகங்களும் வாய்த்து, பார்வைக்கு மிக கம்பீரமாக இருக்கும். பறவைகளுள் ராஜ வமிசத்தில் உதித்து, ராஜத் தோற்றம் பூண்டும், இதன் நடை பலசமயம் ராஜநடையாக இராது. முயல் போன்ற விலங்குகளைக் கொல்லும் திறமை வாய்ந்தும், மற்ற வேட்டையாடும் பறவைகளைத் துரத்தி, அவை கொன்ற இரையைக் கொள்ளையடித்தும், பிணந்தின்றுமே பெரும்பாலும் வாழும். கூளிகளை வெளிப்பாங்கான இடங்களில் தான் காண முடியும்; இவை அடர்ந்த காடுகளில் வாழ்வதில்லை.

கொண்டலாத்தி

(பெருங்கொண்டலாத்தி, கொண்டைக்குலாத்தி, Hoopoe)

அளவில் மைனாவைப் போலிருக்கும். கருநுனி கொண்ட அதன் விசிறிக் கொண்டையும் கழுத்தும் அடிப்பாகமும் இளஞ் சிவலை நிறமாகவும் முதுகும் வாலும் வெள்ளையும் கறுப்புமாகப் பட்டைகள் தீட்டியும் இருக்கும். அலகு நீண்டு சற்று வளைந்து, சுத்தியினால் தட்டி வளைத்த கம்பியாணி போலிருக்கும். பறக்கும்போதும் உட்காரும்போதும் ஏதேனும் எச்சரிக்கை கொள்ளும்போதும் இதன் கொண்டை விசிறிபோல் விரியும். பிறகு மடிந்து அடங்கும். கொண்டலாத்தி புல்தரையில் வளைய வந்து கூரிய அலகினால், பூமியைத் தட்டியும் துளைத்தும் புழு முதலிய இரைதேடும். கட்டடங்களின் சந்துகளிலும் மரப் பொந்துகளிலும் முட்டையிட்டு அடைகாக்கும்.

கொண்டைக் குருவியையும் இப்பெயரால் அழைப்பதுண்டு.

•

மா. கிருஷ்ணன்

கொண்டைக் கரிச்சான்
(Racket - tailed Drongs)

வால்நீண்ட கருங்குருவியினத்தில் மூத்தது என்று சொல்ல லாம்; அதிலும் பெரிதாக ஒரு குயிலளவில் கொண்டையுடனிருக் கும். இதன் வாலின் கரைச் சிறகுகளிரண்டும் ஓரடிக்குமேல் நீண்டு நுனியில் மட்டும் இறக்கை மயிர்கொண்டு கம்பிக் கொடிகள்போல் பின்தொங்கும். இப்பறவை அடர்ந்த காடு களிலேயே குடியிருக்கும். அதிகாலையிலும் மாலையிலும் உயர்ந்த குரலில் களிப்புடனும் இனிமையாகவும் பாடும். இந்தியப் பாட்டுப் பறவைகளில் இதுவும் முக்கியமானது.

கொண்டைக்குயில்

குயில் வமிசப் பறவையே. இது தவிட்டுக் குருவிகளின் கூண்டு களில் முட்டையிட்டு, அடைகாத்துக் குஞ்சு பொரித்து வளர்க்கும் சங்கடமான கடமையிலிருந்து தப்பிவிடும். இவ்வினத்துள், மைனாவிலும் சற்று நீண்டு, மேற்பாகம் கறுத்து, அடி வெளுத் திருக்கும் சிறு கொண்டைக் குயில் (Pied crested cuckoo) வட இந்தியாவில் 'கார்காலப் பறவை' என்று பெயர்பெற்றது. இதிலும் பெரிய சிவப்பிறக்கையுள்ள கொண்டைக் குயில் (Red - winged cuckoo) மிகவும் அழகானது; இதைத் தமிழ்நாட்டில் பார்க்கலாம்.

மா. கிருஷ்ணன்

கொண்டைக்குருவி

(கொண்டைக்கிளாறு, *Bulbul*)

இதைக் கொண்டலாத்தி என்றும் சொல்லுவார்கள். இக் குருவிக்கு எவ்விதத்திலும் சம்பந்தப்படாத புழுக் கொத்தியைக் கொண்டலாத்தி என்றும் அழைப்பது கவனிக்கத்தக்கது.

கொண்டைக்குருவிகள் முக்கியமாய் இருவகையானவை. ஒருவகையின் கருங்கொண்டை நீண்டு கொம்புபோல் முன் வளைந்திருக்கும். செம்மீசைக் கொண்டைக்குருவிகள் (*Red-whiskered b.*) எனப்படும் இவ்வகை மலைப்பிரதேசங்களில் குடியிருக்கும். உதகமண்டலத்திலும் மற்ற மலைப்பிரதேசங் களிலும் இவற்றைச் சாதாரணமாகக் காணலாம். செங்குதக்[1] கொண்டைக்குருவியின் கொண்டை (*Red-vented b.*) சற்றுச் சிறியது; இதைச் சமதரைகளிலும் சிறு குன்றங்களிலும் சாதாரண மாகப் பார்க்கலாம். இருவகைக் குருவிகளுக்கும் கொண்டை கறுத்து, உடல் கபிலநிறமாக இருக்கும். வாலடி இரத்தச் சிவப்பாக இருக்கும். இருவகைக் குருவிகளும் களிப்பான குரலில் பலவித மாகப் பரபரப்புடன் கூவும். மலைப்பிரதேசங்களில் முழுக்கறுப் பான ஒரு கொண்டைக்குருவியுண்டு. வேறுவகைக் கொண்டைக் குருவிகளுமுண்டு.

கொண்டைக்குருவிகளின் வமிசத்தைச் சேர்ந்த கொண்டை இல்லாக் குருவிகளும் உண்டு. இவற்றுள் முக்கியமானது மரகதத்தின் பசுமையையும் இனிய குரலையும் உடைய மரம்வாழ் பச்சைக்குருவி *(Chloropsis)* வகையே.

●

குறிப்பு: 1. செங்குதம் – செம்மை + குதம்.
'குதம் – மலங்கழியும் வாயில்.'
(தமிழ் லெக்சிகன், தொகுதி 2, ப. 990)

கொண்டையன்

(Crested hawk - eagle)

இதற்கு ஒரு நீண்ட கொண்டையுண்டு. அளவிலும் வேட்டை யாடும் திறனிலும் இது இராசாளியை ஒத்திருக்கும்; ஆனால் புள்ளிகள் பொறித்த கபில நிறமாக இருக்கும். இதுவும் காட்டுப் பக்கங்களில் வசிக்கும்; சிறு விலங்குகளையும் பறவைகளையும் வேட்டையாடும்.

•

செம்போத்து

[செம்புகம், செங்காகம், குக்கில்]

இதைச் 'செண்பகப்பட்சி' என்றும் சொல்வதுண்டு. இது குயிலினத்திற்கு உறவானபோதிலும் பலவிதங்களில் இது குயில் போல் இராது. இது புதரில் கூடுகட்டி, அடைகாத்துச் சந்ததியைப் பெருக்கும் கடமையைத் தானே மேற்கொள்ளும். மேலும் குயிலைப்போல் மர உச்சிகளில் சஞ்சரிக்காது. மூங்கிற்புதர் களிலும் தரையிலும் செடிகளிலும் வசிக்கும். ஆழ்ந்த குரலில் இது 'ஹூ ஹூ' என்று சப்திக்கும். இதன் சதை கைகண்ட மருந்தென்ற நம்பிக்கை ஒன்றுண்டு. எங்கேனும் செல்லுகையில் செம்போத்து எதிர்ப்பட்டால் அது நல்ல சகுனம் என வட இந்தியாவில் கருதப்படும்.

•

மா. கிருஷ்ணன்

சோளப்பட்சி

இதைச் சூறைக்குருவி என்றும் சொல்வதுண்டு. இது மைனா வின் வமிசத்தை அடுத்தது. இந்தியாவில் இது கூடுகட்டிக் குடியிருப்பதில்லை. பரதேசியாக இங்கு வந்து செல்லும் பறவை. சோளப்பயிர் முற்றும் காலத்தில் ஆயிரக்கணக்கான திரள்களாக இவை வட நாடுகளிலிருந்து தெற்கே வலசை போகும். அப்போது தமிழ்நாட்டுக்குள்ளும் வரும். சோளப்பட்சி ஒரு மைனாவின் அளவில், கருந்தலையும் கொண்டையும் செம்மைநிற உடலும் உள்ளது. இப்பட்சிகள் பெருந்திரள்களாக வந்து சோளம், கம்பு முதலிய பயிர்களுக்குச் சேதம் விளைவித்தாலும், பயிரின் பெரும் பகையான வெட்டுக்கிளியைப் புசிப்பதால் விவசாயி களுக்கு ஒரு விதத்தில் நலனும் செய்கின்றன.

தவிட்டுக்குருவி

இது ஆங்கிலத்தில் பாப்லர் *(Babbler)* எனப்படும் பறவை வகையைச் சேர்ந்தது. தமிழ்நாட்டில் தோட்டங்களிலும் நாட்டுப் புறங்களிலும் மெல்லிய கீச்சுக் குரலில் கூடியிரைந்து வாழும் வெண்தலை பாப்லரை *(White - headed babbler)* தவிட்டுக்குருவி என்றழைக்கிறோம். இதற்கு நெருங்கிய உறவான வன பாப்லரை யும் *(Jungle babbler)* இப்பெயரால் அழைப்பதுண்டு. இதையே 'கள்ளிக்குருவி' என்றும், 'பன்றிக்குருவி' என்றும் சொல்வதுண்டு. இப்பெயர்கள் இதன் சாம்பல் – தவிட்டுநிறத்தையும் பருத்த உடலையும் கள்ளி முதலிய அடர்ந்த புதர்களில் இது இருப்புக் கொள்வதையும் குறிக்கும். இது நீண்ட வாலுடன் ஒரு மைனா வின் அளவிருக்கும். உடல்மீதும் வாலிலும் இறகுப்போர்வை படிந்திராமல் நெகிழ்ந்து கலைந்திருக்கும். எப்போதும் சிறு கூட்டங்களாகக் கூடி வாழ்வதால் இந்துஸ்தானியில் 'ஸாத் பாயி' (ஏழு சகோதரர்கள்) என்று வன பாப்லரை அழைப்பார்கள்; இப்பெயர் எல்லாவிதத் தவிட்டுக்குருவிகளுக்கும் பொருந்தும். எப்போதும் கூடி வாழும் பறவைகளுள் தவிட்டுக்குருவி வகை முக்கியமானது. பறவைக் கூட்டங்களின் ஒற்றுமையின் அறிகுறி கூக்குரல். கீச்சுக் குரலில் ஒன்றோடொன்று சம்பாஷிப்பதுபோல் தவிட்டுக்குருவிக் கூட்டங்கள் சதா சப்தமிடும். கூட்டத்தினின்று

பிரிந்த குருவி தன் சகாக்களின் ஒலியிலிருந்து அவற்றின் இருப்பை அறியும். சின்ன வல்லூறு போன்ற சத்துருக்களைத் துணிவாக எதிர்க்கும் சக்தி இல்லாதிருந்தும், தங்கள் ஒற்றுமை பலத்தால் தவிட்டுக்குருவிகள் எதிரிகளினின்றும் பெரும்பாலும் தப்பிக் கொள்ளும். ஆனால் தங்களுக்குள் அடிக்கடிச் சச்சரவிடும். சில சிறுவகைக் குயில்கள் தவிட்டுக் குருவிகளின் கூடுகளில் முட்டையிட்டு, அடைகாத்துக் குஞ்சு பொரிக்கும் பொறுப்பை அவைகளிடம் சேர்த்துவிடும்.

•

தவிட்டுப்புறா

(Little brown dove)

மணிப்புறாக்களுள் சிறியது. இது சிவலை நிறமாகவிருக்கும். சாம்பல் வர்ணமும் சற்றுக் கலந்திருக்கும். கழுத்தின் இருபக்கமும் சிவப்பும் கறுப்புமாய் ஒரு 'சதுரங்கப் பலகை'க் குறியிருக்கும்.

தினைக்குருவி

(Munia)

இக்குருவிவகை ஊர்க்குருவியின் உறவு கொண்டது. தினைக் குருவி ஊர்க்குருவியினும் சிறியது. இவைகளுள் சில வகைகள் உண்டு. இவை எல்லாம் தினைபோன்ற சிறுவகைத் தானியங் களையும் புல் விதைகளையும் தின்று வாழும். வெளியிடங்களில் கூட்டங்களாகக் கூடியிருக்கும். இவைகளைக் (முக்கியமாக 'ஆமடவாட்' என்ற இரத்தச்சிவப்பு வர்ணத் தினைக்குருவியை) கூண்டுகளில் பத்து பதினைந்தாக அடைத்து வளர்ப்பதுண்டு.

தூக்கணங்குருவி

(தூக்கணாங்குருவி)

தங்கள் இயல்பூக்கத்தின் தூண்டுதலால் அற்புதமான கூண்டு களைக் கட்டும் பறவைகளுள் இது முக்கியமானது. பயிர்களின் இலை நரம்புகளையும் நார்களையும் கொண்டு இக்குருவி முடையும் தொங்கு கூண்டுகள் வியப்பூட்டும்படியானவையே.

தூக்கணங்குருவி ஊர்க்குருவியின் வமிசத்தைச் சேர்ந்தது. அளவிலும் உடல் அலகு அமைப்பிலும் ஊர்க்குருவியைப் போலவே இருக்கும். ஆனால் இதன் மேல்தலையும் மார்பும் மஞ்சளாகவிருக்கும். வெளிப்பாங்கான இடங்களில் இது சிறு திரள்களாகக் கூடி வாழும். கூடுகட்டிக் குஞ்சு பொரிக்காத போது, நீரோரமான அடைவிடங்களில் நூற்றுக்கணக்காகக் கூடி இரவைக் கழிக்கும். கோடைக்காலத்தில் ஒரு கிணற்றுப்

மா. கிருஷ்ணன்   67

பக்கமாகவோ குளத்தின் கரையிலுள்ள ஈச்சமரங்களிலோ கருவேல மரங்களிலோ இலந்தை மரங்களிலோ இவை கூடு கட்டும். கூடுகள் நார்களால் பின்னிய தடிப்பக்கங்களுடன் சுரைக்காய் போன்ற வடிவு கொண்டிருக்கும். கிளைகளினின்றும் தொங்கும் இக்கூடுகளில் வளைகளுள் தளங்கட்டி, அதில் முட்டையிடும். இத்தளங்களின் பக்கங்களில் குருவிகள் களிமண் கட்டிகளை அப்பியிருக்கும். சிலர் தூக்கணங்குருவிகளைப் பழக்கி, அவைகளுக்குப் பல வித்தைகளைக் கற்றுக் கொடுப்பார்கள். ஏடுகளைப் புரட்டிச் சோதிடம் பார்த்துச் சொல்லும் குருவிகளுள் இதுவும் ஒன்று.

தேன்சிட்டு

தேன்சிட்டு
இடம்: பெண் வலம்: ஆண்

இந்தியப் பறவைகளுள் மிகச் சிறியன தேன் சிட்டு, பூஞ்சிட்டு வகைகளே. தேன்சிட்டு சிறு பூச்சிகளைப் புசித்தும் பூக்களிலுள்ள மதுவைக் குடித்தும் வாழும். பெரிய பூக்கொப்புகளில் தலை கீழாகத் தொங்கியும் பூக்கள்முன் இறக்கையடித்துக் காற்றில் தொங்கியும் வண்ணத்துப்பூச்சிபோல் நீண்ட நாக்கை நீட்டி மதுவருந்தும். அளவில் மிகச் சிறிதாகவிருந்தும் இது அழகிற் சிறந்தது. ஆண் தேன்சிட்டுக்கள் பொன் வண்டுபோல் மின்னும் பல நிறங்கள் கொண்டிருக்கும். பெண்சிட்டுக்கள் மேற்பாகம் சாம்பற்பசுமையாகவும் அடிப்பாகம் மஞ்சளாகவுமிருக்கும்.

•

தையற்சிட்டு

இச்சிறு சிட்டின் ஆச்சரியமான கூண்டு பகுத்தறிவினாலோ அனுபவத்தினாலோ கட்டப்பட்டதில்லை; இயல்பூக்கமே இதற்கு ஆதாரம். தையற்சிட்டுக்களைச் சாதாரணமாகத் தோட்டங்களில் பார்க்கலாம். இது சிறியதாய், மெல்லியதாய், மேல்பக்கம் பசுமை யாகவும் அடிப்பக்கம் சற்று வெளுத்துமிருக்கும். செடிகளில் பூச்சியிரை தேடும். வசந்தகாலத்தில் ஆண்சிட்டின் வாலின் நடுவில் இரு சிறகுகள் மட்டும் நீண்டு வளர்ந்து, வாலினின்றும் குத்தாய் நிற்கும். இதன் கூண்டு புற்களினாலும் சிம்புகளினாலும் பின்னப்பட்ட ஒரு கோப்பை. இரண்டு மூன்று இலைகளைச்

சேர்த்து ஒரு பைபோல் நார்கொண்டு தைத்து, இந்த இலைப் பையில் கூண்டைக் கட்டும். 'தையற்சிட்டு' என்ற பெயர் இப்படி இலைகளைக் கோர்த்துப் பை தைத்து அபூர்வமாகக் கூடுகட்டும் இப்பறவைக்கு முற்றிலும் பொருந்தும். பல மொழி களிலும் இதற்குத் தையற்சிட்டு என்றே பெயர்.

தையற்சிட்டின் வமிசத்தைச் சேர்ந்த நுண்ணிச்சிறை (Ashy wren warbler) என்ற சிறு பறவையும் சிலவேளைகளில் இதுபோன்ற இலை தைத்த பைக்கூடு கட்டும். இதுவும் பார்வைக்குத் தையற் சிட்டைப் போலிருந்தும், மேற்பக்கம் சற்றுச் சாம்பல்நிறமாகவும் வாலின் நடுச்சிறகுகள் நீளாதபடியும் இருக்கும். மேலும் நுண்ணிச் சிறை தையற்சிட்டைப்போல் பலத்த கணீரென்ற குரலில், 'டுவீட், டுவீட், டுவீட்' என்று கூவாமல், மெல்லிய அவசரக் குரலில் ஒரு குச்சி முறிவதுபோல் ஒலிக்கும். நுண்ணிச்சிறை தைத்த பையில்லாத நார்க்கோப்பைக் கூண்டுகளும் கட்டும்.

மா. கிருஷ்ணன்

பச்சைக்காடை

இதன் சிறகுப்போர்வையில் பல பளிச்சென்ற வர்ணங்களைக் காணலாம். மைனாவின் அளவில் குட்டை வாலுடன் இருக்கும் இப்பறவையின் தலை கோடு போட்ட கருங்கபில நிறமாகவும் முதுகு அடர்ந்த பசுமையாகவும் வாலின் மேல்பக்கத்திலும் இறக்கையிலும் தோளிலும் சுத்த நீலமாகவும் மார்பு மஞ்சளாகவும் அடிவயிறு இரத்தச் சிவப்பாகவும் இருக்கும். மேலும், இறக்கையில் ஒரு பெரிய வெள்ளைச்சின்னம் இதற்குண்டு. 'காடை' என்ற பெயர் பளிச்சென்ற நீலங்கள் கொண்ட 'பாலக் குருவி' (பனங்காடை) என்ற பறவையையும் குறிக்கும். அதுபோல் கண்ணைப் பறிக்கும் வர்ணங்களுடன் பசுமைநிற முதுகுடைய தால்தான் இப்பறவைக்குப் 'பச்சைக்காடை' என்று பெயர். பச்சைக்காடைக்கும் பனங்காடைக்கும் சம்பந்தமில்லை.

பச்சைக்காடை குளிர்காலத்தில் தெற்கே வலசை போகும். இது தரையில் நடமாடிப் பூச்சியிரை தேடும். இரவில் ஒரு மரக்கொப்பில் தூங்கும். காலையிலும் மாலையிலும் பச்சைக் காடைகள் தெளிவான குரலில் 'வீடு' என்பதுபோல் கூவும். இப்படிக் கூவும்போது, இவை நிமிர்ந்து நின்று தலையைப் பின்சரித்து ஆகாயத்தை நோக்கும். இந்தப் பறவையைப் பொன்னாந்தட்டான் என்றும் சொல்வார்கள்.

●

பச்சைப்புறா

இது பழந்தின்று வாழும். இது மர உச்சிகளிலிருந்து தரைக்கு இறங்குவதில்லை. கூட்டங்களாகக் கூடி இலைமறைவாகச் சஞ்சரிக்கும். பலவித பழமரங்களில் இவைகளுக்கு விருப்பமுண்டு. அநேகமாக அத்தி, ஆல் வமிச மரங்களில் பிரியமதிகம். பச்சைப்புறாக்கள் சாதாரணமாகக் காணப்படும் மாடப்புறாக்களின் அளவிலிருந்தும் தங்கள் பசுமைநிறத்தின் சகாயத்தால் இலையோடு இலையாக மறைந்து புலப்படாமலிருக்கும். இவை நன்றாகத் தொலைதூரம் பறக்கும் சக்தியுள்ளவை. இவற்றின் குரல் தாழ்ந்த ஓசையுடன் குழல் வாசிப்பதுபோல் காதுக்கு இனிமையாக இருக்கும்.

பஞ்சுருட்டான்

(Bee-eater green)

இது ஓர் ஊர்க்குருவியின் அளவேயிருக்கும்; அளவில் சிறிய தாயினும் அழகில் சிறந்தது. இது தூய மரகதம் போன்ற பசுமை நிறமுடையது. தலை இளஞ் சிவலையாகவிருக்கும்; இரண்டு வாற்சிறகுகள்[1] மற்றவையினும் நீண்டு பின்னிற்கும். வேலிகளிலும் தந்திக் கம்பிகளிலும் பஞ்சுருட்டான் உட்கார்ந்து சுற்றுமுற்றும் பார்த்திருக்கும். வெகுதூரத்திலிருக்கும் சிறு பூச்சியும் இதன் கூரிய கண்ணுக்குத் தெளிவாகத் தெரிந்துவிடும். உடனே பறந்து பாய்ந்து அதைப் பிடித்துவிடும். தும்பிகளையும் தேனீக்களையும் மற்றவிதப் பூச்சிகளையும் தின்னும். இவை ஆற்றங்கரையிலும் மற்ற மணற்பாங்கான கரைகளிலும் மணலில் பக்கவாட்டமாக

மா. கிருஷ்ணன்

வளைகள் தோண்டி, வளைகளுள் முட்டையிட்டுக் குஞ்சு பொரிக்கும். குஞ்சு பொரிக்காத காலங்களில் இருட்டினதும் பெருந்திரள்களாகக் கூடி ஒரு புதரில் அடையும். அப்போது இவைகளின் சிறு குரல்கள் சேர்ந்து ஒலிப்பது தூரத்தில் சிறு மணிகள் ஒலிப்பதுபோலிருக்கும்.

•

குறிப்பு: 1. வாற்சிறகுகள் – வால் + சிறகுகள்.

பட்டாணிக் குருவி

(Grey tit)

இது காக்கை வமிசத்திற்கு அடுத்ததாகவிருந்தும், பார்வைக்குக் கருந்தலையும் சாம்பல் முதுகும் வெள்ளை வயிறும் சுறுசுறுப்பும் உற்சாகமும் கொண்ட ஒரு சிட்டுக்குருவிபோலிருக்கும். அள விலும் ஊர்க்குருவியின் அளவே. ஆனால் இதன் அலகு சிறியதாய் இருந்தும், ஊர்க்குருவியின் அலகு போலில்லாது காக்கையினது போலிருக்கும். இது மரங்களிலும் செடிகளிலும் சுறுசுறுப்புடன் ஏறியுமிறங்கியும் பூச்சி வேட்டையாடும். சீட்டியடிக்கும் குரலில் ஒன்றையொன்று கூப்பிடும்.

●

மா. கிருஷ்ணன்

பருந்து

பிளந்த வாலுள்ள பருந்து இறக்கையைப் பரப்பி அநாயாசமாகக் காற்றில் மிதந்து வட்டமிடுவதையும், தவறாத குறியுடன் கூடையி லுள்ள மீனையோ கையிலுள்ள தின்பண்டத்தையோ பாய்ந்து பறித்துச் செல்வதையும் பலரும் பார்த்திருப்பார்கள். இத்துணைப் பெரியதாகவும் பறக்கும் திறனுடையதாகவும் இருந்தாலும், பெரும்பாலும் திருடியே வாழும். ஆனால் கோழிப்பண்ணைகளை அடுத்துக் குஞ்சுகளைத் தூக்கிக்கொண்டு போய்விடும். நீர்ப்பக்க மாகப் பறந்து நண்டு வேட்டையாடும். சிலவேளைகளில் மீன் பிடிக்கும். குச்சிகளையும் சிறு கோல்களையும் கந்தல்களையும் கயிற்றுத் துண்டுகளையும் கம்பிகளையும் போன்ற கண்டவற்றைக் கொண்டு பருந்துகள் கட்டும் பெருங்கூடுகளை உயரமான மரங்களிலும் கட்டடங்களிலும் பார்க்கலாம்.

•

பனங்காடை
(Roller)

இப்பறவையைக் 'காடை' என்றும் 'பாலக்குருவி' என்றும் அழைப்பதுண்டு. சாதாரணமாக இதை எல்லோரும் பார்த்திருப்பர். காக்கைக்கும் மைனாவுக்கும் நடுவளவுள்ள பனங்காடை, வெளிப்பாங்கான இடங்களில் ஒரு மொட்டைப் பனைமரத்தின்மேலோ, கம்பத்தின்மீதோ, தந்திக் கம்பியிலோ சோம்பலுடன் தோள்குனிந்து உட்கார்ந்திருக்கும்போது இதன் தோற்றம் மங்கலாகவும் உற்சாகமற்றதாகவும் இருக்கும். அவ்வழி வரும் பூச்சியைக் கண்டு பறவை இறகு விரித்ததும், திடீரென்று கண்ணைப் பறிக்கும் நீலங்கள் கொண்டதாக மாறிவிடும். அப்போதுதான் இதன் இறக்கைகளிலும் வாலிலும் உள்ள நீலக்கல் நீலமும் வைடூரிய நீலமும் புலப்படும். தன் இரையைப் பிடித்தபின் பனங்காடை மறுபடியும் தன் கம்பத்தின்மேல்

மா. கிருஷ்ணன்

அமர்ந்து மங்கலாகக் காணும். முற்காலத்தில் பனங்காடையின் சிறகுகளின் அழகு இதைப் பலர் கொல்லுவதற்குக் காரணமாக இருந்தது. இச்சிறகுகளை மேனாட்டுச் சீமாட்டிகள் உடையி லணிந்து அலங்காரமடைவதற்காகப் பனங்காடைகளைச் சுட்டு, அவற்றின் நீலச் சிறகுகளை ஏற்றுமதி செய்துவந்தனர். கால மாறுதலால் பறவைச் சிறகுகளைக் கொண்டு சிங்காரித்துக் கொள்வது அநாகரிகமென்று மேனாடுகளில் கருதப்படுவதால் இப்போது யாரும் பனங்காடையை வேட்டையாடுவதில்லை. பனங்காடையைப் பார்த்தால் நல்ல சகுனம் என்று ஒரு நம்பிக்கையுண்டு.

பாம்புப் பருந்து

(Crested serpent - eagle)

இது பருந்திலும் பெரிதாகக் கருமுனையும் வெள்ளை அடியுமான அடர்ந்த குட்டைக் கொண்டையுள்ளது. இதன் மேற்பாகம் அடர்ந்த நீலச் சிவலைநிறமாகவும், அடி வெண்புள்ளிகள் பொறித்த கபிலமாகவும் இருக்கும். பறக்கும்போது வாலிலுள்ள அகன்ற வெள்ளைப் பட்டையும் பரந்த குட்டை இறக்கைகளில் இருவெண்பட்டைகளும் தென்படும். இது மரமடர்ந்த நாட்டுப் புறங்களில் பாம்புகளையும் (நச்சுப்பாம்புகள் உட்பட), பல்லிகளையும் சிறு விலங்குகளையும் பறவைகளையும் வேட்டையாடி வாழும்.

பூஞ்சிட்டு

இவை இந்திய நாட்டுப் பறவைகள் எல்லாவற்றிலும் சிறியவை; தேன்சிட்டுக்களிலும் சிறியவை. இவை மேற்பாகம் சாம்பற் பசுமையாகவும் கீழ்ப்பாகம் வெளுத்துமிருக்கும். புல்லுருவிகள்[1] இருக்குமிடத்தில் இவைகளையும் காணலாம். அவைகளின் பூ மதுவையும் விதைகளையும் உண்டு வாழும். மரங்களுக்குக் கெடுதல் விளைவிக்கும் புல்லுருவிகள் பரவுவதற்குப் பூஞ்சிட்டுக்கள் காரணமாக இருக்கின்றன.

●

குறிப்பு: 1. புல்லுருவி – மரஞ்செடிகளில் ஒட்டி வளரும் பூடு வகை.
(தமிழ் லெக்சிகன், தொகுதி 5, ப. 2782)

மணிப்புறா

(Dove)

இவை சாதாரணமாக மாடப்புறாக்களிலும் சிறியவை. ஒருவித வெண்சாம்பல் பூத்த நிறமும் கழுத்தில் உள்ள பலவகைச் சின்னங்களும் இவைகளின் அறிகுறிகள். மாடப்புறாக்களைப் போல் இவை பல மைல்கள் பறப்பதில்லை. வயற்காடுகளிலும் வெளிகளிலும் தானியம் பொறுக்கி உண்டும், புதர்களிலும் மரங்களிலும் கூடுகட்டியும் இவை வாழும்.

வழக்கமாய்க் காணப்படும் மணிப்புறாக்களுள் சாம்பற்புறா *(Ring d.)* பெரியது. இது கிட்டத்தட்ட ஒரு மாடப்புறாவின் நீளமிருந்தும், இதன் உடல் வாய்ப்பு மெல்லியது. இதன் கழுத்தில் ஒரு கருவளை போன்ற சின்னமுண்டு. மற்றபடி வெண்சாம்பல் நிறமிருக்கும்.

புள்ளிப்புறா *(Spotted d.)* என்ற மணிப்புறா கபிலச் சாம்பல் நிறத்தில் வெண்புள்ளிகளும் கரும்புள்ளிகளும் தெளித்திருக்கும். கழுத்தின்கீழ் மேல்முதுகில் இதற்குச் சதுரங்கப் பலகைபோல் வெள்ளையும் கறுப்புமாய் ஒரு சின்னமுண்டு.

தவிட்டுப்புறா *(Little brown d.)* மணிப்புறாக்களுள் சிறியது. இது சிவலை நிறமாகவிருக்கும். சாம்பல் நிறமும் சற்றுக் கலந் திருக்கும். கழுத்தின் இருபக்கமும் சிவப்பும் கறுப்புமாய் ஒரு சதுரங்கப் பலகைக் குறியிருக்கும்.

மணிப்புறாக்களின் குரல் காதுக்கு ஆறுதலாகவிருக்கும்.

●

குறிப்பு: காண்க:'மணிப்புறா', மழைக்காலமும் குயிலோசையும், ப. 72.

மா. கிருஷ்ணன்

மயில்

பண்டைக்காலத்திலிருந்து மயிலின் அலங்காரத் தோற்றத்தைப் பல ஐரோப்பிய நாடுகளில் மிகப் பாராட்டி அங்கு மயில்களை வளர்த்து வந்திருக்கிறார்கள். ஆனால் இப்பறவை இந்தியாவையும் சுற்றுமுற்றுமுள்ள நாடுகளையும் சேர்ந்ததே. இலங்கையிலும் பர்மாவிலும் சுயேச்சையாக மயில்கள் வாழும். ஆயினும் இந்தியாவில் இவை செழித்திருப்பதுபோல் வேறெங்குமில்லை. புதர்க்காடுகளிலும், கந்தனின் பிரியங்கொண்ட குறிஞ்சி நிலங்களிலும் மயில்கள் சிறு கூட்டங்களில் வசிக்கும். நாளெல்லாம் பூமியில் வளையவந்து இரைதேடும். தானியங்களையும் பூச்சிகளையும் பல்லிகளையும் சிறு பாம்புகளையும் புசிக்கும். இருட்டினதும்

பறந்து, உயர் மரக்கிளைகளை அடைந்து அங்கு இரவைக் கழிக்கும். இப்பறவைகளுக்கு மிகக் கூரிய பார்வையுண்டு. மேலும் இவை மிக விழிப்பான இயல்புடையவை. எதிரிகளின் வரவைத் தூரத்திலிருந்தே கண்டு ஓடி ஒளியும். மயில்கள் அதிகமாகப் பறப்பதில்லை. பலமுறை படபடவென இறக்கை யடித்தே, அவை காற்றில் கிளம்பும். ஆண்மயில் பல பேடை களுடன் கூடியிருக்கும். ஆண்மயிலின் அழகான பெருந்தோகை வாலிறகுகள் அல்ல. அவை கீழ்முதுகினின்றும் நீண்டு வளரும் இறகுகள்.

பழக்கி வளர்ப்பவற்றில் முழு வெள்ளையான ஒருவகை மயிலுமுண்டு.

●

மரங்கொத்தி

சூழ்நிலைக்கும் வாழ்க்கை வழக்கங்களுக்குமேற்பப் பறவை களும் உறுப்புப் பொருத்தம்கொண்டு, ஒரு தனி வழியில் வாழ அதற்கு வேண்டிய தனிப்பட்ட அங்க அமைப்பு அடைவது இயற்கையே. ஆயினும், மரங்கொத்திப்புட்கள் தமது விசித்திர வாழ்க்கைக்கு முற்றிலும் பொருந்தியிருப்பது மேற்பார்வைக்குப் புலப்படாதிருக்கலாம். பூச்சிகளையும் புழுக்களையும் உண்ணும் மற்ற பறவைகளைப்போல் இவை புல்லிலும் புதரிலும் இலை செறிந்த கொம்புகளிலும் இரை தேடுவதில்லை. மரப்பட்டையின் அடியிலும் அடிமரத்தின் துளைகளிலும் ஒளிந்து குடியிருக்கும்

வண்டின் கொழுத்த பார்ப்புக்களே இவற்றின் முக்கிய ஆகாரம். மரப்புழுக்களையும் கட்டெறும்புகளையும் வேட்டையாட இப்பறவைகள் சில தனிவாய்ப்புக்கள் கொண்டிருக்கின்றன. இவை அடிமரத்தில் செங்குத்தாக அமர்ந்திருக்க இவற்றின் வால்கள் உதவும். வாற்சிறகுகள்[1] கூர்நுனியுடன் கடினமாக யிருப்பதால், மரங்கொத்தி செங்குத்தாக உட்காரும்போது வால் நுனி மரப்பட்டையில் பதிந்து, பறவை தலைகீழாக விழாதபடி ஒரு மூன்றாங்காலாக உதவும். எத்தனை நேரம் வேண்டுமானாலும் சோர்வின்றி இப்பறவைகள் இப்படி அடி மரத்தில் செங்குத்தாக உட்கார்ந்திருக்கும். இரவில் இவை இப்படியே அமர்ந்து தூங்கும். மேலும் இறக்கையைப் பரப்பாது விரைந்து குதித்து, மரத்தில் ஏறியிறங்கும் திறனுடையவை. இவற்றின் நீண்ட உளிமுனை அலகுகள், மரப்பட்டையைக் கொத்துவதற்கும் துளைப்பதற்கும் அதைத் தட்டிப் பார்த்துப் புழுக்களின் இருப்பைத் தெரிந்துகொள்வதற்கும் ஏற்ற கருவிகள். இவற்றின் வாழ்க்கைக்கு மரங்கள் இன்றியமையாதவை; இவை களுக்கு வேண்டிய மரங்களை மனிதர் வெட்டிவிட்டால் இவைகளின் இனங் குன்றிவிடும். அமெரிக்காவில் இப்படி ஒரு மரங்கொத்தி இனங் குன்றி அழியும் தருவாயில் இருக்கிறது.

நம் நாட்டில் முக்கியமாய் இருவகை மரங்கொத்திகள் உண்டு (இன்னும் பல வகைகளையும் அங்கங்கே பார்க்கலாம்). ஒன்று பொன்முதுகு மரங்கொத்தி (Goldenbacked woodpecker). மைனாவைவிடப் பெரிதாகவிருக்கும். இதற்குப் பொன்னிற முதுகும் இரத்தச் சிவப்புக் கொண்டையும் கருமுகமும் உண்டு. தென்னந்தோப்புக்களிலும் தோட்டங்களிலும் இதற்கு விருப்ப மதிகம். மற்றது இதிலும் மிகச் சிறியது. இதற்கும் சிவந்த கொண்டையுண்டு. இதன் முதுகு கறுப்பும் வெள்ளையுமாய்ச் சொக்கட்டான்[2] பலகை போலிருக்கும் (Mahratta w.). இது மிக நெருக்கமில்லாத காடுகளிலும் நாட்டுப்புறங்களிலும் மாந்தோப்புக்களிலும் குடியிருக்கும். இருவகை மரங்கொத்தி களும் விரைந்து சிறிது தொலைவு இறக்கையடித்துப் பின் சற்றுக் காற்றில் தொங்கி, மறுபடியும் இறக்கையடித்துப் பறக்கும். எல்லா மரங்கொத்திகளும் கூடுகட்டாமல், மரத்தில் ஓர் ஆழமான பொந்தில் முட்டையிட்டுக் குஞ்சு வளர்க்கும்.

●

குறிப்பு: 1. வாற்சிறகுகள் – வால் + சிறகுகள்

2. 'சொக்கட்டான் – கவறு உருட்டியாடுந் தாய விளையாட்டு வகை.' (தமிழ் லெக்சிகன், தொகுதி 3, ப. 1645)

மலை நாகணவாய்

கூண்டிலடைத்துப் பழக்கிய சாதாரண மைனாவுக்குச் சில வேளை பேசக் கற்றுக்கொடுக்க முடியும். ஆனால் அதன் பேச்சு தெளிவாக இராது. தென்னாட்டு மலைச்சாரல்களில் வாழும் மலை நாகணவாயே பேசும் பறவைகளுள் மிகவும் பிரசித்தி பெற்றது. பிடித்துக் கூண்டிலடைத்துப் பழக்கினால் வியக்கத்தக்க தெளிவுடன் சொல்லிக் கொடுத்ததை ஒப்புவிக்கும். மேலும் இதர பறவைகளின் கூவுதலையும் இது பிரதி ஒலிக்கும்.

மலை நாகணவாய் சாதாரண மைனாவைவிடச் சற்றுப் பெரியது. இது பளபளப்பாக முழுக்கறுப்பாகவிருக்கும். கால்களும் அலகும் தலையின் இருபக்கமுள்ள குஞ்சம் போன்ற தோல் மடிப்புக்களும் பழுப்புமஞ்சள் நிறமாகவிருக்கும். மைனாக்களைப் போல் புழுபூச்சிகளை உண்ணாது. இது பழங்களையே புசிக்கும். மேலுமிது மைனாக்களைப்போல் தரையில் நடமாடாது; மரவுச்சி களிலேயே வாழும்.

மாடப்புறா

(Blue rock-pigeon)

மலைப்புறா, கோயிற்புறா என்ற பெயர்களும் இப்பறவை யுடையனவே. பலவகையான வளர்க்கும் புறாக்களுக்கும் இதுவே ஆதாரம். மாடப்புறாக்கள் சிலவிடங்களில் நூற்றுக் கணக்காகக் கூடி மலைச்சாரல் குகைகளிலும் பாறைகளிலும் குடியிருக்கும். காலையில் தமது இருப்பிடத்தைவிட்டு, நீளப் பறந்து சென்று, வயல்களில் தானியம் தேடி மேயும். மாலையில் மறுபடியும் தமது இருப்பிடம் வந்தடையும். வேகமாய் வெகுதூரம் பறக்கும் சக்தியும், எங்கு சென்றாலும் மறுபடியும் திசையறிந்து வீடு திரும்பும் இயல்பூக்கமும் இப்புறாக்களுக்குண்டு. மனித சமூகத்தை அடுத்தும், கோவில்களிலும் மசூதிகளிலும் உயர்வான மாடங்கள் கொண்ட கட்டடங்களிலும் இவை குடியேறும். இவ்விடங்களில் நாம் வளர்க்கும் சாதிப் புறாக்களுடன் கலந்து இனங்கெடலாம். எவ்வகைச் சாதிப்புறாக்களையும் பல கலந்து வளர்த்தால் அவைகளின் கலவைச் சந்ததி சில தலைமுறைகளில் மாடப்புறாக்கள்போல் மாறிவிடும் என்பது உண்மையே.

•

குறிப்பு: காண்க:'மாடப்புறா', மழைக்காலமும் குயிலோசையும், ப. 69.

மா. கிருஷ்ணன்

மாம்பழச்சிட்டு

(Iora)

மாம்பழச் சிட்டு

ஊர்க்குருவியிலும் சிறிதாய்க் கீழ்ப்பக்கம் பசுமஞ்சளாக இருக்கும். இது மரநெருக்கமுள்ள இடங்களில் இணையாக வாழும். பெண்சிட்டின் மேல்பாகம் பசுமையாகவிருக்கும்; ஆணின் முதுகும் தலையும் கறுத்திருக்கும். குளிர்காலத்தில் ஆண்சிட்டு தன் கருமையை இழந்து பேடைபோல் பசுமை போர்த்திருக்கும். ஆண் மாம்பழச்சிட்டு, குழல்போன்ற குரல் கொண்டது; மனிதர் அழுத்தமுடனும் தாழ்வாகவும் சீழ்க்கை யடிக்கும் ஒலியில் அது தன் பேடையை அடிக்கடி கூப்பிடும்.

கருந்தலை மாங்குயிலும் அதன் கூடும்

புல் நார்களையும் சிம்புகளையும் கொண்டு மாம்பழச் சிட்டுக்கள் ஒரு மரக்கொப்பில் கோப்பை போன்ற அழகிய கூடுகட்டி முட்டையிட்டுக் குஞ்சு பொரிக்கும்.

●

மாம்பழப்பட்சி

(மாங்குயில், *Orioles*)

மர நெருக்கமுள்ளவிடங்களில்தான் மாம்பழப் பட்சிகளைப் பார்க்கலாம். மாந்தோப்புக்களில் இவைகளுக்கு விருப்பம் அதிகம். ஆண் மாம்பழப்பட்சிகள் பழுத்த மஞ்சள் நிறமாக இருக்கும். ஒருவகையின் தலை கறுப்பாகவிருக்கும்; மற்றொரு வகையின் தலை நிறம் மஞ்சள். பேடைகளின் தோற்றம் அத்துணைப் பளிச்சென்ற மஞ்சளாக இல்லாது மங்கலாய்ப் பசுமைநிறமாய் இருக்கும். இப்பட்சிகள் மரங்களைவிட்டிறங்கித் தரையில் நடமாடா. இவை பாடாவிட்டாலும் இவற்றின் குழல் போன்ற குரல் இனிமையாகவிருக்கும். அளவில் இவை மைனாக்களை ஒத்திருக்கும்.

மீன்குத்தி

நீர்மட்டத்தின் மேல் ஒரு கொப்பில் காத்திருந்தோ நீரை உற்று நோக்கியவாறு பறந்தோ மீன்குத்திகள் இரை தேடும். பலவகைச் சிறுமீன்களும் தவளைக்குட்டிகளும் நீர்வாழும் சிறிய உயிர்களும் இவைகளின் முக்கிய உணவு. மீன்குத்திகள் எல்லாவற்றிற்கும் வேல்முனை போல் தடித்து நீண்டு முனை கூராகவுள்ள குத்தும் அலகுகளுண்டு. மீன்குத்திகளுள் பலவிதங்களுண்டு. தமிழில் மீன்குத்திகளுக்குப் பல பெயர்களுண்டு. கவுளதம், சிரல், சிச்சிலி, பொன்வாய்க்குருவி, மூக்கன், விச்சுளி இவை அனைத்தும் மீன்குத்திகளின் பெயர்களே. ஆனால் இவற்றுள் இப்பெயர் இவ்வித மீன்குத்தியைக் குறிக்கும் என்று சொல்வதற்கில்லை. ஒவ்வொரு வகைப் பறவைகளைக் காட்டும் தனிப்பெயர்களாக இல்லாது, அநேகமாய்ப் பொதுவான இனப்பெயர்களாகவே காண்கின்றன.

மீன்குத்திகளுள் சாதாரணமாகக் காணப்படும் மூன்று வகைகளை இங்குக் குறிக்கலாம். ஒன்று பெரிய மைனாவின் அளவில் சிவலைத் தலையும் கழுத்தும் வயிறும் தூய நீலமான முதுகும் இறக்கையும் வாலும் வெள்ளை மார்பும் கொண்டது (*White breasted king-fisher*). இதன் அலகும் கால்களும் இரத்தச் சிவப்பாகவிருக்கும். பறக்கும்போது இறக்கையிலுள்ள வெள்ளைப் பட்டை தென்படும். மீன் பிடித்துண்ணுவதுடன் தவளைகளையும் சிறு பல்லிகளையும் பூச்சிகளையும் புழுக்களையும்கூட வேட்டையாடும். கிணறுகளுள்ள தோட்டங்களில் இதைச் சாதாரணமாகப் பார்க்கலாம். இதன் குரல் கனைப்பாகவிருக்கும்.

வெள்ளையும் கறுப்புமாகப் புள்ளிகள் பொறித்த மேற்பாகமும் வெள்ளை வயிறும் கறுத்த அலகும் கொண்டு மைனா விலும் சற்றுப் பெரியதாக மற்றொருவித மீன்குத்தியுண்டு

மா. கிருஷ்ணன்

(Pied k). இது நீர்மட்டத்தின் மேல் பத்துப் பதினைந்தடி உயரத்தில் நீரை உற்றுக் கவனித்தவாறே பறக்கும். மீன்களைக் கண்டதும் விரைந்து இறக்கையடித்துக் காற்றில் தொங்கும். பின் தலைகீழாய்த் தண்ணீருக்குள் பாயும். பல சமயத்தில் பாயும் வேகத்தில் நீருள் முங்கி முழுகும். பின் பிடித்த மீனை அலகில் கொண்டு கரை சேர்ந்து அதைப் புசிக்கும்.

மூன்றாவது மீன்குத்தி மேற்குறித்தவைகளிலும் மிகச் சிறியது. ஓர் ஊர்க்குருவியின் அளவே இருக்கும் (Common k). இதன் மார்பும் வயிறும் இளஞ்சிவலையாகவும் மேற்பக்கம் நீலமும் பச்சையுமாகவும் இருக்கும். பறக்கும்போது இதன் தூய நிறங்கள் பளிச்சென்று எடுத்துக்காட்டும். கரை மீது ஒரு மரக்கொம்பிலோ பாறையிலோ காத்திருந்து இது மீன் வேட்டையாடும்.

மைனா

காப்பிக்கஷாய நிற உடலும் கருந்தலையும் இறக்கைகளிலும் வால் நுனியிலும் வெள்ளைப்பட்டைகளும் மஞ்சள்நிற அலகும் கால்களும் வாய்ந்த பாங்கான மைனா எல்லோருக்கும் தெரிந்த பறவை. இதுவேதான் நாகணவாய் என்ற புள். மைனாக்கள் ஜதைகளாகவும் சிறு கூட்டங்களாகவும் புல்தரையில் வளைய வந்து தத்துக்கிளி வேட்டையாடும். அடைகாத்துக் குஞ்சு பொரிக்காத காலங்களில், சில இடங்களில், இவை பெருந் திரளாகக் கூடி இரவைக் கழிக்கும். நாட்டுப்புறங்களில் அடை மரங்களிலும் சில நகரங்களில் கட்டடங்களிலும் பொழுது சாய்ந்ததும் மைனாக்கள் இப்படி நூற்றுக்கணக்காகக்கூடி அடைவதுண்டு. மைனாவுக்குப் பலத்த குரலுண்டு. இதுபோன்ற சமூக அடைவிடங்களில் அந்திப்பொழுதினிலும் விடியற்காலை யிலும் ஏற்படும் பேரொலி அரைமைலுக்கு அப்பால் கேட்கும்.

மைனாக்கள் தரைவாழும் பூச்சிகளையும் புழுக்களையும் புசிப்பதால் இவை விவசாயிகளின் நண்பர்கள். மேற்குறித்த

மா. கிருஷ்ணன்

சாதாரண மைனாவுக்குப் பல உறவினர் உண்டு. இவற்றுள், கருங்கொண்டையும் சாம்பல் முதுகும் இளஞ்சிவலை அடிப்பாகமும் கொண்ட மைனா அழகு வாய்ந்தது. இதையும் எங்கும் காணலாம். கறுப்பும் வெள்ளையுமான ஒரு மைனா இந்தியாவின் வடகிழக்குப் பிரதேசங்களில் குடியிருக்கிறது.

●

குறிப்பு: காண்க: மைனாக்குருவி, மழைக்காலமும் குயிலோசையும், ப.61.

வரகுக்கோழி

(Great Indian Bustard)

இக்காலத்தில் இப்பெரும் பறவையினம் குன்றி அழியும் தருவாயிலிருக்கிறது. இதன் தசை பலருக்கும் சுவையாகவிருப்பதால் இதை வேட்டையாடுவோர் பலர்.

இது கோழியின் இனமில்லை. வான்கோழியிலும் மிகப் பெரிதாய்த் தடித்துயர்ந்த மஞ்சள்நிறக் கால்களுடன் கிட்டத்தட்ட நாலடி உயரம் இருக்கும். மேற்பாகம் சிவலையாகவும் அடி வெளுத்தும் மொட்டைக் கருங்கொண்டையும் மார்பில் ஒரு கருங்குறியும் கொண்டிருக்கும். இதற்குக் கால்களில் பின்

மா. கிருஷ்ணன்

விரல் கிடையாது. புதர் மிகவில்லாத வெளியிடங்களில் மேய்ந்து, தத்துக்கிளி போன்ற பூச்சிகளையும் பல்லிகளையும் சிறு பாம்பு களையும் தானியங்களையும் புசிக்கும். அநேகமாய்த் தரைமீது வளையவந்து சஞ்சரிக்கும். நன்கு ஓடும் ஆற்றலுடையது; பேரிறக்கைகளைப் பரப்பி நன்றாகப் பறக்கும் திறமையும் இதற்குண்டு. நன்கு வளர்ந்த ஆண் வரகுக்கோழி 40 ராத்தல் எடையுமிருக்கலாம்.

•

குறிப்பு: 1. ராத்தல் – 450 கிராம்.

வரகுக்கோழி என்பது சரியல்ல என்றும் இதைக் ‘கானமயில்’ என்றழைப்பதே பொருத்தம் என்றும் திரு. சு. தியடோர் பாஸ்கரன் கூறுகின்றார்.

க. ரத்னம் எழுதியுள்ள ‘தென்னிந்தியப் பறவைகள்’ நூலிலும் *‘Busard’* என்பதைக் ‘கானமயில்’ என்றே குறிப்பிட்டுள்ளார். அவர் கானமயிலுக்குக் கொடுக்கும் விளக்கமும் இங்கு வரகுக்கோழிக்குக் கொடுக்கப்பட்டிருக்கும் விளக்கமும் பொருந்துகின்றன. ஆங்கிலத்தில் *Leekh or Lesser Florican* என்பதையே வரகுக்கோழி எனக் க. ரத்னம் தருகிறார். (காண்க: க. ரத்னம், தென்னிந்தியப் பறவைகள், 1973, சென்னை, தமிழ்நாட்டுப் பாடநூல் நிறுவனம்.)

ஆகவே ‘கானமயில்’ என்பதே சரி; வரகுக்கோழி வேறு.

வல்லூறு

(Falcon)

இந்துஸ்தானியில் பைரி, ஷாஹின் என்றும், ஆங்கிலத்தில் பெரிகிரின் பால்கன் *(Peregrine falcon)*, ஷாஹின் பால்கன் *(Shahin falcon)* என்றும் சொல்லும் கொல்லும் பறவைகளையே நாம் வல்லூறு என்றழைக்கிறோம். இவையிரண்டும் நெருங்கிய பந்துக்கள். தமிழில் இவைகளை வேறுபாடின்றி, இரண்டையும் வல்லூறு என்று சொல்கிறோம். வல்லூறு காகத்தின் அளவில் இன்னும் தடித்த உடலுடன் மேற்பக்கம் கடப்பைக்கல் நிறமாக

வும் அடிப்பக்கம் கரும்புள்ளிகள் தெளித்த வெள்ளையாகவு மிருக்கும். முகத்தின் இருபக்கமும் கறுத்த கண்பட்டைகளிருக்கும்; அலகு வளைந்து கூர்முனையுடனிருக்கும். கால்கள் மிக அழுத்தமான பிடிபலத்துடன் வளைந்த பெருநகங்கள் கொண்டிருக்கும். வேகமாய்ப் பறப்பதிலும் கொல்லுந்திறனிலும் தைரியத்திலும் பறவைகளுள் வல்லூறுதான் முதன்மையானது. தன்னிலும் பெரிய பறவைகளையும் வானத்தில் தாக்கிக் கொல்லும். வானத்தின் உச்சியிலிருந்து இறக்கையை மூடிக்கொண்டு இடிபோலத் தன் இரையின்மீது விழுந்து, தன் பொல்லாத பின் நகத்தால் அதை அறுத்துக் கொல்லும். இப்படி இரையடிக்கும்போது வல்லூறு மணிக்கு 200 மைல் வேகத்துடன் காற்றில் பாய்கின்ற தென்று தீர்மானித்திருக்கின்றனர்.

லகடு என்று சிலர் சொல்லும் தசையுண்ணும் பறவையும் (Laggar falcon) வல்லூறு வமிசத்தைச் சேர்ந்ததே. இது கிட்டத்தட்ட வல்லூறின் அளவில் மேல்பக்கம் அடர்ந்த கபிலமாகவும் அடி கரும்புள்ளிகள் இலேசாகத் தெளித்த வெள்ளையாகவுமிருக்கும். இதுவும் வானத்தில் வேட்டையாடுவதிலும் வேகமாய்ப் பறப்பதிலும் திறமை வாய்ந்தது. ஆனாலும் வல்லூறின் ஆர்வமும் தைரியமும் இதற்கில்லை.

வல்லூறு (ஷிக்ரா)

மேற்குறித்த பறவைகள் ஆங்கிலத்தில் பால்கன் *(Falcon)* என்ற வகுப்பைச் சேர்ந்தன. இவைகளுக்கு இறக்கை நீண்டு கூரிய முனையுடனிருக்கும். இவைகளைப்போல் பறவைகளையும் விலங்குகளையும் வேட்டையாடி வாழும் மற்றொரு வகுப்பிற்கு ஆங்கிலத்தில் ஹாக் *(Hawk)* என்று பெயர். இவைகளின் இறக்கை சற்று அகலமாகவும் குட்டையாகவுமிருக்கும். வல்லூறு வமிசத்துப் பறவைகளைப் போல் நீளத் துரத்திப் பறந்து, தமது இறக்கை சாதுரியத்தால் இவை இரை பிடிப்பதில்லை. அருகிலுள்ள இரைமீது பாய்ந்து பிடிக்கும். இந்தியிலும் ஆங்கிலத்திலும் ஷிக்ரா எனப்படும் சின்ன வல்லூறு இந்தக் குட்டை இறக்கை வகுப்பைச் சேர்ந்தது. சின்ன வல்லூறு ஒரு புறா அளவில் மேற்பாகம் கபிலச்சாம்பல் நிறமாகவும் அடிப்பக்கம் புள்ளிகள் பொறித்துமிருக்கும். இது இலைமறைவாகப் பதுங்கியிருந்து கிட்டவரும் சிறு பறவைகளையும் ஓணான்களையும் தின்று வாழும்.

மேற்குறித்த எல்லாப் பறவைகளையும் பழைய காலத்தி லிருந்து மனிதர் பழக்கிப் பறவை வேட்டையாடப் பயன்படுத்து கிறார்கள். இவற்றிலெல்லாம் பேடை, ஆணிலும் பெரிதாகவும் வலிமை உடையதாகவும் இருக்கும்.

•

குறிப்பு: காண்க – 'வல்லூறு', மழைக்காலமும் குயிலோசையும், ப. 49.

வால்காக்கை

(அரிகாடை)

காக்கை வமிசத்துடன் ஒருவிதத்தில் சம்பந்தப்பட்டிருப்ப தாலும் நீண்டவால் வாய்ந்ததாலும் இது இப்பெயர் கொண்டது. சிலர் இதை முக்குறுணி என்றும் சொல்வார்கள். ஆங்கிலத்தில் மாக்பை *(Magpie)* எனப்படும் பறவை வகைக்கு இது நெருங்கின உறவு. வால்காக்கையின் அலகு, காக்கையின் அலகைப்போல் தடித்துக் கறுத்திருக்கும். இது கருந்தலையும் வெள்ளைப் பட்டை யுள்ள இறக்கையும் கருமுனைகொண்ட நீண்ட சாம்பல்நிற வாலும் சிவலை உடலும் வாய்ந்தது. அளவில், ஓரடி நீண்ட வாலுட்பட ஒரு முழமிருக்கும். காட்டுப்புறங்களிலும் தோப்புக் களிலும் வால் காக்கைகளை ஜதைகளாகவும் சிறு கூட்டங்களாக வும் காணலாம். இவை பழங்களையும் பூச்சிகளையும் சிறு பல்லிகளையும் மரங்களில் தேடிப் புசிக்கும். பிற பட்சிகளின் முட்டைகளைத் திருடித் தின்னும். ரி – ரி – ரி என்ற கரகரப்பும் வெண்கலத்தின் இனிய ஓசையும் கலந்த குரலில் வால் காக்கைகள் சிலவிதமாக ஒலிக்கும்.

•

வாலாட்டிக் குருவி

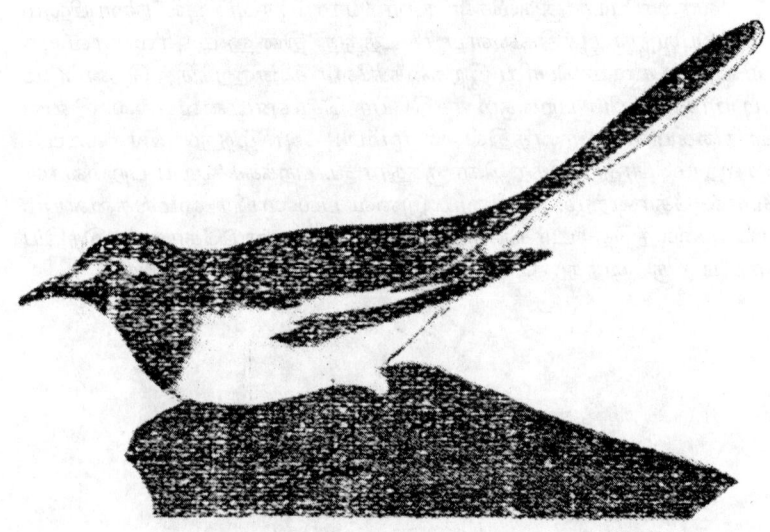

சாதாரணமாக, இந்தியாவில் காணக்கூடிய வாலாட்டிக் குருவிகளுள் 'கோட்டைக்கரிச்சான்' *(Pied wagtail)* என்ற குருவியே வலசை போகாமல் ஆண்டு முழுதும் இங்கு தங்கி வாழும். இது கறுப்பும் வெள்ளையுமாக, நீண்டவால் கொண்டிருக்கும்; அளவில் மைனாவைவிடச் சிறியதாகவும் மெல்லியதாகவு மிருக்கும். வண்ணான்துறைகளிலும் ஆற்றங்கரைகளிலும் இந்தக் குருவிகளை இணைகளாகக் காணலாம். சென்னையில் இவற்றைப் பலவிடங்களில் பார்க்கலாம். அடிக்கடி இக்குருவி தன் நீண்ட வாலைப் பக்கவாட்டமாக அசைப்பதிலிருந்தும் மேலுங்கீழுமாகக் குலுக்குவதிலிருந்தும் இது வாலாட்டிக் குருவி என்று புலப்படும். ஆண் கோட்டைக்கரிச்சான் உயர்ந்த சீழ்க்கையடிக்கும் குரலில் இனிமையாகப் பாடும்.

வேறு இருவகை வாலாட்டிக் குருவிகள் ஆசிய வட நாடுகளிலிருந்து குளிர்காலத்தில் இந்தியாவிற்கு வலசை வந்து போகும். உருவத்திலும் உடல்வாக்கிலும் நீண்டவாலை எப்போதும் ஆட்டுவதிலும் இவைகளும் கோட்டைக்கரிச்சானை ஒத்திருக்கும்; ஆனால் நிறத்தில் வேறுபாடுண்டு; மேலும் இவை சற்றுச் சிறியவை; ஒன்று சாம்பல்நிற முதுகும் கறுத்த மேல்தலை

யும் அடிக்கழுத்தும் வெள்ளை முகமும் வயிறும் வாய்ந்திருக்கும் வெள்ளை வாலாட்டி (White wagtail) என்பது தமிழ்நாட்டுள் வெகுதூரம் வருவதில்லை. மற்றது மஞ்சள் மார்பும் வயிறும் கறுப்புத் தீட்டிய சாம்பல்நிற மேற்பாகங்களும் உடைய சாம்பல் வாலாட்டி (Grey Wagtail).

வாலாட்டிக் குருவிகள் கரையோரமாகவும் புல் தரையிலும் வளையவந்து பூச்சிகளைப் பிடித்துத் தின்னும். எல்லாவகை வாலாட்டிகளும் பெரிய இறக்கைகளோ கண்ணுக்குத் தென்படும் படியான வலிய பறக்கும் சக்தியோ கொண்டவையல்ல. இவை பறக்கையில் வானத்தில் எழும்பி, அமிழ்ந்து, ஊசலாடிச் செல்லும்போது ஏதோ கொஞ்சதூரமே பறக்கக்கூடிய பறவைகள் போல் தோன்றும். ஆயினும் இவை பல்லாயிர மைல்களையும் பல மலைத்தொடர்களையும் கடந்து ஆண்டுதோறும் இந்திய நாட்டிற்கு வந்து செல்லுமென்பது உண்மையாகும்.

வானம்பாடி

வானம்பாடி (பின்ச்லார்க்)

இதன் பெயரே இதன் இயல்பை எடுத்துரைக்கிறது. வயல் களிலும் வெளிப்பாங்கான நிலங்களிலும் வாழும் இச்சிறு பறவைகள் கபிலநிறமாகத் தரையுடன் ஒத்துக் கண்ணைக் கவராது மங்கியிருக்கும். ஆனால் வசந்த காலத்திலும், பிறகு சிறிது காலமும், ஆண் வானம்பாடி பாடிக்கொண்டே சுற்றிச் சுழன்று வானத்தில் செங்குத்தாக எழும்பும். பறவை கண்ணுக் கெட்டாத உயரத்தை அடைந்த பின்னும் வானத்திலேயே மிதந்து, சுத்தமான இனிய குரலில் சில நிமிடங்கள் பாடும். பறவை பார்வைக்குப் புலப்படாதிருந்தும் அதன் தெளிவான இசை நம் காதுக்கெட்டும். பிறகு, தன் இறக்கைகளை மடக்கி

மா. கிருஷ்ணன்

வானம்பாடி (ஸ்கைலார்க்)

வானிலிருந்து கல்லைப்போல் கீழ்நோக்கிப் பாயும். சிறிது தூரம் வந்தபின் இறக்கையை விரித்துத் தன் கீழ்ப்போக்கை நிறுத்தும். பின், மறுபடியும் இறக்கை மடித்து நிலம் நோக்கிப் பாயும். மறுபடியும் இறக்கை விரித்துத் தன் வீழ்ச்சியை நிறுத்தும். இப்படிப் படிப்படியாகக் கீழிறங்கி, முடிவில் வயலில் இருக்கும் தன் பெட்டையின் அருகில் வந்திறங்கும். வானம்பாடிகள் வயற்காடுகளில் பூச்சிகளை வேட்டையாடியும் தானியங்களைத் தின்றும் வாழும். வட இந்திய வானம்பாடிக்குக் கொண்டை யுண்டு.

[இந்திய] வனவிலங்குப் புகலிடங்கள்

[இந்திய] வனவிலங்குப் புகலிடங்கள்

இந்தியா பல்வேறு நில அமைப்புகளையுடைய பரந்த நாடு. எனவே, இயற்கையாகவே அந்தந்தப் பிரதேசங்களின் தன்மை களுக்கேற்ப விலங்கு வாழ்வும் தாவரவாழ்வும் சிறப்பாக வேறுபட்டு உள்ளன. இப்படிப் பிரதேச வாரியாக அமைந்திருக் கும் தாவர விலங்குச் சிறப்புக்கு இமயமலைப்பகுதி ஒரு நல்ல சான்று. இமயத்தின் விலங்குயிர் வாழ்வு தனியானது; தீபகற்ப இந்தியாவில் காணப்படாதது. காட்டு ஆடுகள், திபெத்திய இரலைமான், இமயக் கருங்கரடி, கபிலக்கரடி, பனிச்சிறுத்தை ஆகியவற்றைக்கொண்ட இம்மலைப்பகுதியின் கீழே, பர்மாவை நோக்கிக் கிழக்காக உள்ள மலைக்காடுகளில் பின்டுராங்கு (Binturong), ஒரு தனிவகைச் சிறு சிறுத்தை (Clouded Leopard) முதலியன வாழ்கின்றன. இந்தியாவில் வேறெந்த இடத்திலும் இந்த விலங்குகளைக் காணமுடியாது. ஆனால் தீபகற்பத்துப் பகுதிகளின் காடுகளில் வாழும் புலி, லங்கூர் (Langur) போன்ற விலங்குகள் இமயமலை அடிவாரங்களில் உள்ள காடுகளிலும் வாழ்கின்றன.

இமயமலை விலங்கு வாழ்வைத் தென்னிந்திய மலைப்பகுதி களிலும் மேற்கிந்தியச் சமவெளியிலும் இருக்கும் வாழ்வுடன் ஒப்பிட்டு நோக்கினால், இந்திய விலங்கு வாழ்வின் பெருமை யின் பல வேற்றுமைகள் புலப்படும். தெற்குமலைகளில் நீலகிரிக் கருங்குரங்கு, சிங்கனி என்ற கருங்குரங்கு (Lion-tailed monkey), வரையாடு (Tahr), காட்டுமாடு, காட்டானை முதலியவையும், மேற்கிந்தியச் சமவெளிக் காடுகளில் அழியாது எஞ்சியுள்ள ஆசியச் சிங்கங்களும் இன்றும் வாழ்ந்து வருகின்றன. இந்திய நாட்டு விலங்கு வளத்தின் வேற்றுமைகள் பலவற்றைப் பரத்பூரி லுள்ள கியோலதேவ கானா (Keoladeo Ghana) நீர்ப்பறவைப் புகலிடத்தையும் தமிழ்நாட்டிலுள்ள முதுமலை வனவிலங்குப் புகலிடத்தையும் ஒப்பிட்டுக் காணலாம். கியோல தேவ கானா, நீர்ப்பறவைகள் வந்து தங்கும் ஓர் ஏரியை உடையது. இங்குள்ள

மா. கிருஷ்ணன்

வனவிலங்குகள் முதுமலையினின்றும் வேறுபட்டவை. முதுமலை வனவிலங்குப் புகலிடத்தில் காட்டுமாடு, காட்டானை, புள்ளி மான், மிளா மற்றும் இருதலைக்குருவி, 'ட்ரோகான்' என்ற அழகிய சிறுபறவை, மரங்கொத்தி வகைகள், வலியன் வகைகள் (Drongos), மலை நாகணவாய், காட்டுக்கோழிகள் ஆகியவை குறிப்பிடத்தக்கன.

காட்டு விலங்குகளுக்கெனப் புகலிடங்களைத் தோற்றுவிக்கும் எண்ணம் பல நூறு ஆண்டுகளுக்கு முன்பே இந்தியாவில் இருந்திருக்கிறது. பல ஆண்டுகளுக்கு முன்பே அரசாங்கத்தினர் அந்தந்தப் பகுதிகளில் வாழும் காட்டு விலங்குகளைப் பாதுகாக்க வேண்டும் என்பதை உணர்ந்தனர். சில புகலிடங்களில் வேட்டை யாடுவது முழுவதுமே தடைசெய்யப்பட்டுள்ளது; சில இடங்களில் குறிப்பிட்ட வரையறைக்குட்பட்டு வேட்டையாட மட்டும் அனுமதி தரப்பட்டது. இத்தகைய புகலிடங்கள் பெரும்பாலும் சமஸ்தானங்களில் அமைக்கப்பட்டிருந்தன. அவற்றுள் சில இன்றும் உண்டு. தீபகற்ப இந்தியாவிலும் இமயமலைப் பகுதி களிலும் சுமார் 20 புகலிடங்கள் உள்ளன. அவற்றில் முக்கியமான சில மட்டும் இங்குக் குறிக்கப்படும்.

இத்தகைய வனவிலங்குப் புகலிடங்களை ஏற்படுத்தியும் அவற்றைப் பாதுகாத்தும் இந்தியா அடைந்துள்ள சாதனைகள் சிலவற்றை முதலில் கூறலாம். ஆசியாவில் மூன்று வகைக் காண்டாமிருகங்கள் உண்டு. முன்பு வடமேற்கு இந்தியாவில் இந்த மூன்று வகைகளுமே வாழ்ந்து வந்தன. இன்று ஒற்றைக் கொம்புள்ள பெரிய இந்தியக் காண்டாமிருகம் மட்டுமே எஞ்சி நிற்கிறது. எனினும், ஆசியாவிலுள்ள எல்லா காண்டாமிருகங் களையும்விட இதுவே கம்பீரமானது. இதை அழியாமல் காப்பாற்றியது போற்றத்தக்க சாதனையே. உலகம் முழுதும் மனிதர்களால் மிகவும் வேட்டையாடப்படும் விலங்குகளில் காண்டாமிருகமும் ஒன்று. இளமையைத் தருகின்ற மந்திர சக்தி அதன் கொம்புக்கு உண்டு என்ற மூடநம்பிக்கையாலும் அதன் தசையும் இரத்தமும் சத்துமிக்கவை என்ற நம்பிக்கை யினாலும் மிகப் பெரிய செல்வர்கள், குறிப்பாகச் சீனர்கள், அதன் கொம்புக்கும் உடம்பின் மற்ற உறுப்புகளுக்கும் எந்த விலையையும் தரத் தயாராக இருக்கிறார்கள். இதற்காக, ஒழுங்கற்ற முறையில் இயங்கும் ஒரு கள்ள வாணிகத்தையே ஏற்படுத்தி விட்டார்கள். இதனால் ஆப்பிரிக்கக் காண்டாமிருகங்களும் பாதிக்கப்பட்டன. ஆனால் அதிகமாகப் பாதிக்கப்பட்டது பெரிய இந்திய ஒற்றைக்கொம்பு காண்டாமிருகமே. திறந்த புல்லடர்ந்த வெட்டவெளிக் காடுகளில் இந்த விலங்கு வாழ் வதால், வேட்டையாடுவோர் எளிதாக இதைக் கொல்ல முடிந்தது.

ஆனால் அஸ்ஸாம் மாநிலத்திலுள்ள கசிரங்கா புகலிடத்திலும் (Kaziranga Sanctuary) மேற்கு வங்காளத்திலுள்ள ஜல்தபாரா புகலிடத்திலும் (Jaldapara) இதைப் பாதுகாக்க எடுத்துக்கொண்ட பெருமுயற்சிகளின் பயனாக, இதன் இனம் முழுதும் அழியாமல் காக்கப்பட்டு வருகிறது.

கசிரங்கா புகலிடத்தின் இன்னொரு சிறப்பு அதன் காட்டெருமையே. இந்தியாவில் மட்டுமே காணப்படும் இந்தக் கம்பீரமான விலங்கு, உலகத்துக் காட்டுக் கால்நடைகளில் எல்லாம் எடை மிக்கதும் வலுவானதும் கொடியதுமாகும். 1920வரை இந்தியாவில் பல இடங்களில் வாழ்ந்துவந்த இந்த ஆதிக் காட்டு விலங்கிலிருந்தே நம்முடைய எல்லாவகை வீட்டு எருமைகளும் வந்திருக்கின்றன. நாகரிகம் வளரவளர, அதுவும் குறிப்பாக ஆறு சார்ந்த பகுதிகளில் மனிதன் குடியேறிய பிறகு, கம்பீரமிக்க இந்த விலங்கு அழிந்துவிடும் நிலையை அடைந்தது; ஆனால் அஸ்ஸாம் மாநிலத்திலுள்ள கசிரங்கா, மனஸ் (Manas) புகலிடங்களில் பாதுகாக்கப்பட்டு வருகிறது.

சௌராஷ்டிரத்தில் உள்ள கிர் காடுகளில் ஆசியச் சிங்கம் அழிந்துவிடாமல் காப்பாற்றப்பட்டது நாட்டின் வனவிலங்குப் பாதுகாப்பின் இன்னொரு வெற்றியாகும். இந்தச் சிங்கம் ஆப்பிரிக்கச் சிங்கத்தினின்றும் சிறிது வேறுபட்டது. ஒருகாலத்தில் இது வட இந்தியாவின் வனங்கள் முழுவதிலும், மேற்கிந்தியா விற்கு அப்பாலுள்ள ஆசியப்பகுதிகளிலும் மத்தியதரைக்கடல் நாடுகளிலும் பரந்து வாழ்ந்து வந்தது. காட்டுப் பகுதிகளில் மக்கள் குடியேறியதாலும் வேட்டையாடப்பட்டதாலும் எல்லா இடங்களிலும் இந்த இனம் அழிந்துவிட்டது. ஆனால் சௌராஷ் டிரத்தில் கிர் காடுகளில் மட்டுமே பாதுகாக்கப்பட்டது.

தமிழக வனவிலங்குப் புகலிடங்களில், நீலகிரியில் உள்ள முதுமலைப் புகலிடமும் கருங்குழிக்கு அருகில் நீர்ப்பறவைகள் வந்து தங்கும் வேடந்தாங்கல் புகலிடமும் இரண்டு முக்கிய இடங்களாகும். சுமார் 15 வெவ்வேறு வகை நீர்ப்பறவைகள், நத்தைக்குத்தி நாரை, நரையான் (Grey heron), வக்கா (Night heron), மடையான் (Pond heron), வெண் கொக்கில் நான்கு வகைகள், கங்கணம் (Ibis), கரண்டி அலகி (Spoonbill), மூன்று வகை நீர்க்காக்கைகள், பாம்புத்தாரா ஆகிய பறவைகள் வேடந் தாங்கல் ஏரியின் மையத்தில் உள்ள கடப்ப மரங்களில் கூடுகட்டி இனப்பெருக்கம் செய்கின்றன. சென்னையில் ராஜபவனத்திற்கு அடுத்துள்ள கிண்டிப்பூங்காவும் குறிக்கத்தக்கது. திறந்தவெளி களில் வாழும் பல விலங்குகள் இங்கு இருக்கின்றன. கலைமான் கொணர்ந்து வளர்க்கப்பட்ட புள்ளிமான் ஆகியவை வாழும் இப்பூங்கா அளவில் சிறிதென்றாலும், திறந்தவெளி விலங்குகளுக்

மா. கிருஷ்ணன்

கான புகலிடம் இது ஒன்றே என்ற சிறப்பு இதற்கு உண்டு. தமிழ்நாட்டில் வேறு சில புகலிடங்களும் உண்டாகி வருகின்றன. வேதாரணியத்துக்கருகில் உள்ள கோடிக்கரையில், ஆயிரக்கணக் கான பறவைகள் வருகின்றன. அண்மையில் தமிழக அரசு கோடிக்கரையை ஒரு புகலிடம் என்று அறிவித்துள்ளது. சென்னைக்கு வடக்கே நெல்லூர் மாவட்டத்தில் தடா *(Tada)* ஏரியில் வந்து தங்குவதுபோலவே, பருவ காலங்களில் 'அன்னச் சேவல்' என்று இலக்கியம் போற்றும் பூநாரைகள் *(Flamingos)* வந்து தங்குகின்றன.

கேரளத்தில் உள்ள பெரியாற்றுப் புகலிடம் அழகுமிக்கது. பரந்து விரிந்த ஏரியும் ஏரியிலுள்ள மரங்களும் அவற்றின் மீது அமர்ந்திருக்கும் நீர்ப்பறவைக் கூட்டங்களும் ஏரியைச் சுற்றிலும் செறிந்து வளர்ந்துள்ள பெரிய மலைக்காடுகளும் காடுகளில் சுற்றியலைந்து நீர் குடிக்க ஏரிக்கு வருகின்ற யானை களும் காட்டுமாடுகளும் வனப்புமிக்க காட்சிகளாகும். இது தனிச் சிறப்பு வாய்ந்த வனவிலங்குப் புகலிடமாய், இந்தியாவின் மிக அழகான இடங்களில் ஒன்றாக இருக்கிறது.

தமிழ்நாட்டின் முதுமலைப் புகலிடத்தை அடுத்திருக்கும் மைசூர் மாநிலத்தின் பண்டிப்பூர் புகலிடமும் பாராட்டத்தக்கது. மாநிலங்களுக்கிடையே மனிதன் வகுத்த எல்லைகளையறியாத விலங்குகள் இந்த இரண்டு புகலிடங்களுக்கும் பருவக் காலங்களுக் கேற்ப மாறிமாறிப் போவதும் வருவதுமாக இருக்கின்றன. வேடந்தாங்கலைப் போல, நீர்ப்பறவைகளுக்கு என்றே அமைந்த ரங்கன்திட்டுப் புகலிடமும் மைசூரில் பல ஆண்டுகளாக இருந்து வருகிறது.

நீர்ப்பறவைகள் வந்து தங்கும் புகழ்பெற்ற கியோலதேவ கானா புகலிடம் ராஜஸ்தானத்தில் உள்ளது. இது மற்ற நீர்ப் பறவைப் புகலிடங்களைவிடப் பெரியதும் சிறப்பானதும் ஆகும். ஆந்திரப் பிரதேசத்தில் தாடேபல்லிக்கூடம் *(Tadepalligudem)* என்னும் இடத்தில் கூழைக்கடாக்கள் *(Pelicans)* இனப்பெருக்க காலத்தில் கூட்டமாக வந்து தங்கிக் கூடுகட்டும் புகலிடம் மிகவும் பெயர் பெற்றது.

மத்தியப் பிரதேசத்தில் உள்ள கன்ஹா *(Kanha)* தேசியப் பூங்காவும் சிவபுரி தேசியப் பூங்காவும் அங்கு வாழும் காட்டு விலங்குகளுக்காகப் புகழ் பெற்றவை. பராஸிங்கா மான் *(Swamp deer)* கன்ஹாவில் அதிகமாகக் காணப்படுகிறது. சிவபுரியில் சிங்காரா மானும் நீல்கை மானும் *(Chinkara and Nilgai)* அதிகமாக உள்ளன. இவை தவிர, இந்த இரண்டு இடங்களிலும் புலி முதலிய விலங்குகளும் வாழ்கின்றன.

பீஹாரில் ஹசாரிபாக் (Hazaribagh) தேசீயப் பூங்காவும் உத்தரப் பிரதேசத்தில் கார்பெட் (Corbett) தேசீயப் பூங்காவும் சிந்திரப் பிரபா விலங்குப் புகலிடமும் மற்ற முக்கியமான புகலிடங்களாகும். இந்த மூன்று இடங்களிலும் பல்வகை விலங்குகள் இருக்கின்றன.

ஜம்மு – காச்மீரத்தில் உள்ள தச்சிகம் (Dachigam) புகலிடம் காச்மீர மான்களுக்காகப் (Kashmir stag) புகழ்பெற்றது. அங்கு பல சமயங்களில் கபிலக் கரடியும் (Brown Bear) கஸ்தூரிமானும் (Musk deer) வந்து தங்குகின்றன.

வனவிலங்குப் பாதுகாப்பில் ஏற்படும் சிக்கல்கள் அப் பாதுகாப்பையளிக்கும் மனிதனின் ஆதிக்கத்தைப் பொறுத்து இயற்கையாகவே நாட்டிற்கு நாடு வேறுபடும். எனவே, எங்கேயோ இன்னொரு நாட்டில் கையாளப்பட்ட சில வழிமுறைகளை வேறு ஒரு நாட்டில் கையாள்வதில் பலனில்லாமல் போகலாம். இந்தியாவில் வனவிலங்குப் புகலிடங்களை ஏற்படுத்தத் திட்டங் கள் இடுவதில் இந்த முக்கியமான உண்மையை நினைவில் கொள்ளவேண்டும்.

•

மா. கிருஷ்ணன்

வேடந்தாங்கல் நீர்ப்பறவைக் காப்புச்சாலை

முன்னுரை   117
பொருளடக்கம்   119
வேடந்தாங்கலிலுள்ள நீர்ப்பறவைகளின் வாழ்க்கை   121

முன்னுரை

1959ஆம் ஆண்டு அக்டோபர் மாதத்தில் பெயர்பெற்ற இயற்கை ஆய்வாளர் திரு. மா. கிருஷ்ணன் அவர்களால் எழுதப்பெற்ற "முதுமலை வனவிலங்கு சரணாலய"த்தைப் பற்றிய ஒரு வெளியீட்டைச் சென்னை கான் துறை வெளி யிட்டது. அக்டோபர் திங்கள் 1960இல் இவ்விலாக்கா அன்னார் எழுதிய "வேடந்தாங்கல் சரணாலய"த்தைப் பற்றிய ஒரு அழகிய ஆங்கில வெளியீட்டை வெளியிடப் பெருமிதம் கொண்டது. இப்பொழுது, இந்தத் தமிழ் வெளியீட்டை வெளியிடுகிறது. இதை வெளியிடுவதற்கு திரு. மா. கிருஷ்ணன் அவர்கள் தந்து உதவிய விஷய தானங்களுக்கும் புகைப் படங்களுக்கும் தமிழ்நாடு காட்டிலாக்கா என்றென்றும் அன்னாருக்குக் கடமைப்பட்டதாகும். திரு. மா. கிருஷ்ணன் அவர்கள் மென்மேலும் நமது நாட்டின் வனவிலங்குகள் செல்வத்தைப் பற்றி எழுத மேற்கொண்டிருக்கும் இப்பணிக்கு இவ்விலாக்காவின் நன்றி உரித்தாகுக.

பறவையினங்கள் இவ்வேடந்தாங்கல் பறவைகள் சரணாலயத்திற்கு, அநேக வருடங்களாக அந்தந்தப் பருவ காலங்களில் வழக்கமாகப் பறந்துவந்து, வசிப்பதாக நாம் அறிகிறோம். இப்பறவையினங்கள் ஆயிரக்கணக்கில் கூடு வதால் அவைகளின் கழிவுப்பொருள்கள் உரமாக மாறி, இச்சரணாலயத்துச் சுற்றுப்புற மக்களுக்கு எவ்வாறு தொண்டு புரிந்துகொண்டிருக்கின்றன என்பதை இச்சுற்று வாழ் மக்கள் இப்பறவைகளையும், அவைகள் வாழும் இருப்பிடத்தையும், கண்ணுங் கருத்துமாகத் தீங்கு விளை விக்கக் கருதும் ஜந்துக்களிடமிருந்து பாதுகாத்து வருகிறார்கள் என்பதிலிருந்து தெளிவுற அறியலாம். இந்த இடம் ஒவ்வொரு வருடத்திலும், நவம்பர் முதல் மார்ச்சுத் திங்கள் முடிய காலங்களில் பார்ப்போரைப் பரவசப்படுத்தக்கூடியதாகவும்,

இவ்வினங்களால் ஒருவித புத்துயிர் பெற்று விளங்குவதாகக் காட்சியளிக்கும்.

வேடந்தாங்கல் பறவைகளின் சரணாலயம் நமது சென்னை நகரிலிருந்து 52 கல் தூரத்தில் அமைந்திருக்கிறது. இச்சரணாலயம் தன்னுள் ஒரு பெரிய நீர்ப்பாசன ஏரியையும் அதன் மத்தியில் தாழ்ந்து, கொப்புங்கிளைகளுமாக அநேகக் கடப்பை மரங்களையும் கொண்டது. இம்மரங்களின் ஒவ்வொரு கிளையிலும் அநேகப் பறவைகள் தத்தம் உறைவிடங்களை அமைத்துக்கொண்டு வசிக்கின்றன. இந்த இடம் அதிகாலையிலும், மாலை நேரங்களிலும் கலகல என, சலசலப்புடன் காட்சியளிக்கும். இந்த நேரங்களில் இவ்விடம் காண்போர் மனம் பரவசமடையப் பார்ப்பதற்கு மிகவும் அழகுற இருக்கும்.

இப்புத்தகம் பறவையினங்களிடத்தில், மக்களின் ஆர்வத்தையும் அவைகளிடம் ஒரு தூய அன்பையும் பெருக்க உதவும் என்று இவ்விலாக்கா நம்புகிறது.

சென்னை,	C.A.R. பத்ரன், I.F.S.
1961ஆம் ஆண்டு	பிரதம கான் காப்பாளர்.
செப்டம்பர் 11.	

பொருளடக்கம்

கீழ்க்கண்டுள்ள தலைப்பைக் கொண்டு, இப்புத்தகத்தின்கண் வேடந்தாங்கல் பறவைகள் சரணாலயத்தைப் பற்றிச் சுருக்கமாகக் குறிப்பிடப்பட்டுள்ளது:

வேடந்தாங்கலிலுள்ள நீர்ப்பறவைகளின் வாழ்க்கை.

வேடந்தாங்கல் நீர்ப்பறவைக் காப்புச் சாலையின் வரலாறு.

வேடந்தாங்கலில் கூடுகட்டும் பறவைகளைப் பற்றிக் குறிப்புகள்.

இப்புத்தகத்தின்கண் பதிவாகியுள்ள புகைப்படங்கள் அனைத்தும் வேடந்தாங்கல் சரணாலயத்தில் பகற்பொழுதில் எடுக்கப்பட்டவை.

இயற்கை அழகில் எடுக்கப்பட்ட கீழ்க்கண்ட உற்சாகமூட்டும் காட்சிகளை இப்புத்தகத்தின்கண் காணலாம்:

1. முன்பக்கம் – பெரிய வெண்கொக்கு.
2. தோப்பின் ஒரு மூலை.
3. கடப்பமரக் கிளைகளில் தங்கும் வளர்ந்த குஞ்சுகள். (நத்தைக்குத்தி நாரை, கங்கணம், நீர்க்காக்கை).
4. நரையான் கூடுகட்ட வளார் கொண்டுவருதல்.
5. புரட்டாசி மாதத்தில் நத்தைக்குத்தி நாரைகள் வந்திறங்குதல்.
6. தோப்பின் நடுமரங்களில் நத்தைக்குத்தி நாரை, நரையான், வெண் கொக்கு.
7. நீர்க்காகம் கூடுகட்ட வளார் கொண்டுவருதல்.
8. நீர்க்காகங்கள்.

9. பாம்புத்தாரா.
10. சிறிய வெண் கொக்கு.
11. உண்ணிக் கொக்குகள்.
12. வயதுவந்த வக்காக்கள்.
13. நரையான்.
14. நத்தைக்குத்தி நாரை.
15. துடுப்பு மூக்கு நாரை.
16. துடுப்பு மூக்கு நாரை.
17. இளம் வக்கா.
18. பின்பக்கம் - கங்கணங்கள்.

குறிப்பு: முன்பக்கம் - பெரிய வெண்கொக்கு, பின்பக்கம் - கங்கணங்கள் ஆகிய இரண்டு படங்கள் தவிரப் பிற அனைத்தும் இந்நூலில் இடம்பெற்றுள்ளன.

வேடந்தாங்கலிலுள்ள நீர்ப்பறவைகளின் வாழ்க்கை

தோப்பின் ஒரு மூலை

தென்னிந்தியாவில் கார்காலம் முதிர்ந்ததும் நீர்ப்பறவைகள் இனம்பெருக்கத் தொடங்குகின்றன. வக்கா, மடையான், கொக்குகள், நாரைகள், நீர்க்காகங்கள் முதலிய பல இனங்கள் சேர்ந்து ஓரிடத்திலேயே கூடுகட்டுகின்றன. அல்லது ஒன்றிரண்டு இனங்கள் மட்டுமே சிறு திரளாக ஓரிடத்தில் கூடுகட்டுகின்றன. அவ்விடத்தில் தங்களுக்கு இடையூறு எதுவும் நேரிடாவிட்டால், தலைமுறை தலைமுறையாக, நூற்றாண்டுகளாகக்கூட, அங்கேயே அவை இனம்பெருக்குவது வழக்கம்.

சென்னையிலிருந்து சுமார் 53 மைல் தூரத்தில், வேடந்தாங்கல் என்ற கிராமமிருக்கிறது. செங்கல்பட்டு மாவட்டத்தில் உள்ள இந்தக் கிராமத்துச் சிற்றேரியின் இடையே அடர்ந்து வளர்ந்ததொரு கடப்பமரத் தோப்பு இருக்கிறது. 'கடப்பமரம்' என்றால் கந்தனுக்கு வேண்டியதான கடம்ப மரமில்லை; சிலர்

மா. கிருஷ்ணன்

‘அடம்பு’ என்று குறிக்கும் *(Barringtonia acutangula)* மரமே; ஏறத்தாழ 20 அடி உயரமாக பரந்து கிளைத்ததாகவும் சரம் சரமாய்த் தொங்கும் சிறு சிவப்புப் பூக்கள் செறிந்தும் இருக்கும். ஆண்டுதோறும் மழைக்காலத்தில், ஏரியின்நீர் தேங்கி, தோப்பின் அடிமரங்களைச் சூழ்ந்து நிறைந்ததும் 14 வகை நீர்ப்பறவைகள் பெருங்கூட்டமாய் ஆயிரக்கணக்கில் கூடி நீர்மட்டத்தின் மேலுள்ள கொப்புகளில் நெருங்கிய முறையில் அடுத்தடுத்துக் கூடுகட்டி, முட்டையிட்டுக் குஞ்சுபொரித்து இனம் பெருக்கு கின்றன. நெடுநாளாக, சுமார் இருநூறு வருஷங்களுக்குக் குறைவில்லாமல் இவை இந்தத் தோப்பிலேயே கூடுகட்டி வருகின்றன.

தென்னிந்தியாவில் வேறுசில இடங்களிலும் பலவகை நீர்ப்பறவைகள் ஒன்று சேர்ந்து கூடுகட்டுகின்றன. இருந்தாலும் வேடந்தாங்கலில் சுமார் 30 ஏக்கர் பரப்புள்ள தோப்பின் கிளைகளில் அவை திரண்டு கலந்து கூடுகட்டி நெருங்கி இணைந்து வாழும் காட்சியை வேறிடங்களில் எளிதில் காண முடியாது. கரையிலிருந்து பார்த்தால், ஏரி நடுத்தோப்பு 100 அல்லது 200 மரங்கள் கொண்டதுபோலத் தோன்றும். உண்மை யில் அது 550 மரங்களுக்கு மேல் அடங்கியது. அவை அடர்ந்து வளர்ந்திருப்பதாலும் அவற்றின் அடிமரங்கள் நீருள் மூழ்கியிருப்ப தாலும் அதிகமான மரங்கள் இருப்பது தெரியவில்லை. மர உச்சிகளில் உள்ள பறவைகளின் பெருங்கூட்டத்தையும் நெருங்கிக் கட்டிய அவற்றின் கூடுகளையும் கரை மேட்டிலிருந்து ஒருமிக்கக் காணலாம். தவிரவும் பறவைகள் அவ்வப்போது இரைதேடப் பறந்து செல்வதையும் மறுபடியும் தோப்புக்குத் திரள்திரளாக வருவதையும் கரையிலிருந்து பார்க்க முடியும்.

வேடந்தாங்கலில் இதுபோல் நீர்ப்பறவைகள் ஆயிரக்கணக் கில் கூடி இனம்பெருக்கி வாழ்வது காண்போர் மனதைக் கவரும் காட்சியாகும். இந்த வண்ணப்பறவைகளின் போக்கையும் இயல்புகளையும் உற்றுக் கவனிப்பவர்கள் மனதில் ஒருவிதக் கிளர்ச்சியும் உற்சாகமும் பெறுகிறார்கள். இந்தியாவில், வேறிடங் களில் வேடந்தாங்கலைவிட மிகப் பெரிய நீர்ப்பறவை இனம் பெருக்கு தலங்கள் உள்ளன. ஆனாலும், மேலே குறிப்பிட்ட காரணங்களால், வேடந்தாங்கலிலுள்ள நீர்ப்பறவைக் காப்புச் சாலை தனிச் சிறப்பு வாய்ந்தது.

இந்தப் பறவைகள் ஏன் இப்படி ஆண்டுதோறும் வேடந் தாங்கல் ஏரி நடுத்தோப்பில் இனம்பெருக்க வேண்டும்? சுற்று மட்டும் எத்தனையோ ஏரிகள் உள்ளனவே என்று கேட்கலாம். நீர்ப்பறவைகள் ஓரிடத்தில் கூடுகட்டத் தொடங்கினால் அவ் விடத்திலேயே இனம்பெருக்கிவருவது அவைகளின் இயல்பு.

ஏதேனும் பெருந்தடை ஏற்பட்டால்தான் வேறிடம் தேடும், பறவைகள். குறிப்பாக நீர்ப்பறவைகள், நம்மைப்போல் அறிவையோ அனுபவ முதிர்ச்சியையோ நம்பி வாழ்வதில்லை; இயல்பூக்கம் தான் அவைகளின் வாழ்க்கையில் முக்கிய அம்சம். ஆகையினால், இன்ன தறுவாய்களில் பறவைகள் இப்படி நடக்கக்கூடும் என்று அவற்றின் நடத்தையையும் இயல்பூக்கத் தூண்டுதல்களையும் கவனித்து நாம் சொல்லலாமேயொழிய, அவை ஏனப்படிச் செய்கின்றன என்று காரணத்தை விளக்க இயலாது. ஆனால் இனம்பெருக்க இடந்தேடும் நீர்ப்பறவைகள் சில வசதிகள் பொருந்திய இடங்களிலேயே கூடுகட்டும் என்று பொதுப்படை யாகச் சொல்லலாம். அவை தம் குஞ்சுகளுக்கு வேண்டிய அளவில் இரைதேடிக் கொடுப்பது இலேசான பொறுப்பல்ல – ஒவ்வொரு குஞ்சுவுக்கும் தினமும் அதன் நிறையைக்காட்டிலும் அதிகளவில் இரைதேடிக்கொண்டு தரவேண்டும். மீன்கள், தவளைக்குட்டிகள், நத்தைகள் முதலிய நீர்வாழ்ச் சிற்றுயிர்களே இப்பறவைகளின் முக்கிய உணவு. மழைக்காலத்தில் இப்படிப் பட்ட இரை சதுப்புநிலங்களில் ஏராளமாகக் கிடைக்கும். வேடந் தாங்கலைச் சூழ்ந்துள்ள மருதநிலப் பகுதி தரிசான சதுப்பு நிலமாக இருக்கின்றது. நாலு மழை பெய்ததும் இங்கே எங்கும் நீர்தேங்கி நிற்கும்; கழனிகளில் மட்டுமில்லை. பள்ளங்களிலும் தாழ்நிலங்களிலும் நீர்தேங்கி, குளங்களும் குட்டைகளும் சிற்றேரி

கடப்ப மரக்கிளைகளில் தங்கும் வளர்ந்த குஞ்சுகள்
(நத்தைக்குத்தி நாரை, கங்கணம், நீர்க்காக்கை)

களும் பெரும் ஏரிகளுமாக இருக்கும்; இவற்றில் கணக்கற்ற பூச்சிகளும் தவளைகளும் மீன்களும் தோன்றி இனம்பெருக்கும். மறுபடியும் கோடைக்காலத்தில் இந்த நீரெல்லாம் வற்றிச் சேறு கடுந்தரையாகுமட்டும், இங்குள்ள நீர்ப்பறவைகளுக்கு உணவுக்குக் கவலையில்லை. இந்தக் காரணத்தால், கூடுகட்டிக் குஞ்சுபொரித்து இரைதேடும் நீர்ப்பறவைகளுக்கு வேடந்தாங்கல் மிகவும் வசதி வாய்ந்த இடமாகின்றது.

மேலும் பெருங்கூட்டமாகச் சேர்ந்து கூடுகட்டும் நீர்ப் பறவைகள், அடிமரம் தண்ணீரில் மூழ்கி நிற்கும் மரங்களைத் தேடுவது அவற்றின் இயல்பூக்க வழக்கமாகும். இதனால் அவை களுக்குச் சில விதங்களில் பாதுகாப்பு ஏற்படுவது கவனிக்கத் தக்கது. நிலத்தில் வாழும் கீரி, பூனை முதலியவை நீர்சூழ்ந்த மரங்களை அணுக முடியாது; தவிரவும், மாடுகள் போன்ற பெரிய மிருகங்களும் தண்ணீரில் நீந்தி அந்தப் பக்கமாக வர மாட்டா, மனிதர்களும் அவைகளை லகுவில் நெருங்க முடியாது. ஆனால் இதையெல்லாம் எண்ணிப் பார்த்தே இப்பறவைகள் நீர்சூழ்ந்த மரங்களில் கூடுகட்டுகின்றன என்றோ, நீர்சூழாத மரங்களில் கூடுகட்டுவதில்லை என்றோ சொல்வதற்கில்லை. இயல்பூக்கத் தூண்டுதலினால், கிடைத்தால் இத்தகைய மரங் களையே அவை நாடுகின்றன என்று மட்டும் சொல்லலாம். வேடந்தாங்கலின் அருகிலோ சற்று தூரத்திலோ உள்ள மற்ற ஏரிகளில் (இவற்றுள் அடுத்தாற்போலிருக்கும் மதுராந்தகம் ஏரியே மிகப் பெரியது) நடுவில் ஒரு தோப்போ சில மரங்களோ கிடையாது – இதுவும் கவனிக்கத்தக்கது. நம் நாட்டில் வேறிடங் களில் மழைக்காலத்தில் நீரில் நிற்கும் கருவேல மரங்களிலும் ஆற்றங்கரையோரமாகவுள்ள தாழைப்புதர்களிலும் நீர்ப்பறவை கள் கூடு கட்டுவதுண்டு – வேடந்தாங்கலில் அவைகளுக்கு இது போல் உதவுவது நெடுநாள் வழங்கி முதுமையடைந்த கடப்ப மரங்களே.

இன்னுமொன்றையும் இங்கேயே சொல்லிவிடலாம். ரஷ்யா முதலிய தூரதேசங்களிலிருந்து நீர்ப்பறவைகள் வேடந்தாங்கலுக்கு வந்து அங்குள்ள கடப்பமரத் தோப்பில் இறங்கிக் கூடுகட்டு கின்றன என்றும், பல்லாயிரம் மைல்களையும் பல கடல்களை யும் கடந்து இனம்பெருக்க அவை இங்குதான் வருகின்றன என்றும், இந்த ஊருக்கு இது தனிப் பெருமை ஆகும் என்றும் அநேகர் சொல்கிறார்கள். இது பூராவும் உண்மை அல்ல.

நமது நாட்டில் மாரிக்காலமாகவும் குளிர்மிகுந்த வட தேசங்களில் வெண்பனிக்காலமாகவும் இருக்கும்போது, குள்ள வாத்துகளும் உள்ளான் வகைகளும் சிலவகை வாலாட்டிக்

நரையான் கூடுகட்ட வளார் கொண்டுவருதல்

குருவிகளும் வேறுசில பறவைகளும் அந்த தூரதேசங்களிலிருந்து புறப்பட்டுத் தெற்கேயுள்ள வெப்ப நாடுகளுக்கு வந்து அங்கு சில மாதங்கள் தங்கியிருக்கும். பிறகு, கோடைக்காலம் வந்ததும் மறுபடியும் நெடும்பயணம் தொடங்கி வடக்கேயுள்ள தமது சொந்த நாடுகளை அடைந்துவிடும். அந்த வகையில் அநேக வகைப் பறவைகள் நம் நாட்டிற்கும் இதுபோல் வந்து போவ துண்டு; தவிரவும், இவை பெரும்பாலும் நீர்ப்பறவைகளானதால் நம் நாட்டில் சிலமாத காலம், சதுப்புநிலங்களிலும் குளங்களிலும் ஏரிகளிலும் நீர்மீதும் கரைமீதும் சஞ்சரிக்கும். சென்னையிலும் சுற்றுப்புறப் பகுதிகளிலுமுள்ள பல நீர்மிகுந்த இடங்களில் இந்த வாலாட்டி, உள்ளான் போன்ற வகைகளைப் பார்க்கலாம் – வேடந்தாங்கலிலும் இவைகளைப் பார்க்கலாம். ஆனால் இவை ஒன்றேனும் நமது தேசத்தில் கூடுகட்டுவதில்லை – தங்கள் சொந்த இடமாகிய குளிர்மிகுந்த வடதேசங்களில் இனம்பெருக்கிய பின்பே அவை தெற்கே பறந்து இங்கு வருகின்றன. இப்படி ஆண்டுதோறும் ஸைபீரியா முதலிய வடதேசங்களிலிருந்து எத்தனையோ ஆயிர மைல்கள் கடந்து தெற்குள்ள நாடுகளுக்கு வந்து, சில மாதங்கழித்து மறுபடியும் வடக்கு நோக்கிச் சென்று வீடு திரும்புவது மிகவும் விந்தையளிக்கக்கூடிய விஷயமே. இதைத்தான் தமிழில் பறவைகள் "வலசை போதல்" என்று குறிப்பிடுகிறார்கள். வலசை வந்த பறவைகளில் அநேக வகை களைத் தமிழ்நாட்டில் பலவிடங்களில் பார்க்கலாம். இவற்றுள் சில வேடந்தாங்கலுக்கும் வருவதில் வியப்பில்லை.

மா. கிருஷ்ணன்

அப்படியானால் மேற்குறித்த கதைக்கு ஆதாரமென்ன என்று கேட்கலாம். கதைக்குக் காரணம் தேவையில்லை. ஆனாலும், இந்தக் கதைக்கு ஒருவித ஆதாரமுண்டு. சுமார் 20 வருஷங்கள் முன்பு வேடந்தாங்கலில் கிளுவை (Teal) வேட்டை யாடுகையில் (அப்போதும் இது நீர்ப்பறவைக் காப்புச் சாலையாகத் தான் இருந்தது), குண்டுபட்டு விழுந்த கிளுவையொன்றின் காலில் ஒரு காப்புப் பூட்டப்பட்டிருந்தது. அந்தக் காப்பில் 'மாஸ்கோ' என்று ரஷ்யாவின் தலைநகரின் பெயர் பதிக்கப் பட்டிருந்தது.

பறவைகளின் போக்கை ஆராயும் நிபுணர்கள் வலசை போகும் பறவைகளின் கால்களில், அவை குஞ்சுகளாயிருக்கும் பருவத்திலேயே இதுபோன்ற காப்புகளைப் பூட்டுவார்கள்; காப்புகளில், இந்த ஊரின் பெயர் பதிக்கப்பட்டிருக்கும். இப்படிக் காப்பிடப்பட்ட ஒரு பறவையை அயல்நாட்டில் சுட்டுக்கொன் றால், இன்னவிடத்தில் அது சுடப்பட்டது என்ற குறிப்புடன் காப்பை அதில் குறித்துள்ள ஊருக்கு அனுப்புவது வழக்கம். இதனால், குளிர்ந்த தேசங்களைச் சேர்ந்த பறவைகள் எந்தெந்த நாடுகளுக்கு வலசைபோகின்றன என்பது விளங்கும். தென்னிந்தியாவில் இதுபோல் காப்பணிந்த பறவைகள் எத்தனையோ சுடப்பட்டிருக்கின்றன.

வேடந்தாங்கல் ஏரியிலேயே மீன் போன்ற இரை வகைகள் ஏராளமாகவிருப்பதால், இங்கு கூடுகட்டாத பறவையினங்கள்

புரட்டாசி மாதத்தில் நத்தைக்குத்தி நாரைகள் வந்திறங்குதல்

சிலவும் ஏரிக்கு வருவதுண்டு; அவை இங்கேயே சிலநாட்கள் தங்குவதுமுண்டு; மேலும், இங்கு கூடுகட்டும் கொக்குகள் முதலிய வகைகளிலும் சில பறவைகள் இனம்பெருக்காது இருக்கலாம். தோப்பின் மரங்கள் கூடுகட்டுவதற்கு மட்டுமில்லை. இவைகளுக்கு அடைமரங்களாகவும் உதவுகின்றன.

வேடந்தாங்கலில் அவ்வப்போது காணப்படும் வலசைவரும் அயல்நாட்டுப் பறவைகளில் முக்கியமானவை கிளுவைகள், வாலாட்டிக்குருவி, சில உள்ளான் வகைகள் ஆகியனவாகும். இங்கு கூடுகட்டாது இரைதேட மட்டும் வரும் உள்நாட்டு நீர்ப்பறவைகளில் முக்கியமானவை பவளக்காலி *(Black winged stilt)*. இவைகளைக் கரையோரமாக, கிராமத்துப் பக்கமுள்ள கரையருகில், சிறு கூட்டங்களில் காணலாம். சிற்சில வேளைகளில் இங்கு கூழைக்கடா *(Spotted - billed pelicans)* வந்து சிலநாள் தங்குகிறது. வேடந்தாங்கலில் இவைகளை "மத்தாளி", "மத்தாளிக் கொக்கு" என்றழைக்கிறார்கள். "நாமக்கோழி" எனப்படும் வெள்ளை நாமம் தீட்டிய கருநீர்க்கோழி *(Coot)*, நீர்மட்டத்தை உற்று நோக்கியவாறே அதன்மேல் பறந்தலையுமோர் உப்புக்குருவி *(River Tern)* ஆகியவைகளையும் இங்கு பார்க்கலாம். வேடந்தாங்கலில் கூடுகட்டும் இனங்களைச் சேர்ந்தனவாக இருந்தும் இனம் பெருக்காது இங்கு சஞ்சரிப்பவைகளில் குறிப்பிடத்தக்கவை வெண்கொக்குகள், உண்ணிக்கொக்கு, மடையான் ஆகியன வாகும். இவை கார்காலம் கழிந்தபின் கடப்பமரத் தோப்பில் கூடுகட்டி இனம்பெருக்குவது சகஜம். கடப்பமரக் கிளைகளில் இல்லாது, மரங்களடியிலும் கரையோரமாகவும் ஏரியில் நீந்தி வளையவரும் முக்குளிப்பான் *(Dabchick)*, நீர்க்கோழி *(Indian Moorhen)* இவைகளை இங்கு சாதாரணமாகக் காணலாம்.

இத்தனை நெருக்கமாகவும் பெரும் கூட்டமாகவும் நீர்ப் பறவைகள் கூடுகட்டியிருக்குமிடத்தில், முட்டைகளுக்கும் குஞ்சு களுக்கும் இனம்பெருக்கும் பறவைகளுக்குங்கூட, அவ்வப்போது சேதம் ஏற்படுவது உண்டு. சில பிணந்தின்னிகளும் வழிப்பறிக் காரரும் வேடந்தாங்கலில் இருப்பது இயற்கையே. காக்கைகளை (அதாவது சாதாரண, "சாம்பறகழுத்து"க் காக்கைகளைக் கரை மீதும் தோப்பிலும் எப்போதும் பார்க்கலாம்; பருந்துகளும் கருடன்களும் ஏரியைச் சுற்றியும் வட்டமிட்டுக்கொண்டிருக்கும். அவ்வப்போது மஞ்சுதிருடி *(Lesser white Scavenger Vulture)*, கூளி *(Short - toed Eagle)*, பூனைப்பருந்துகள் *(Harriers)* ஆகியவற்றையும் இங்கே காணலாம்.

வேடந்தாங்கலில் காணக்கூடிய நீர்ப்பறவையினங்கள் பற்றி இதுவரை சொல்லப்பட்ட விவரம் ஒரு சிறு பகுதியே ஆகும்.

தோப்பின் நடுமரங்களில் நத்தைக்குத்தி நாரை, நரையான், வெண்கொக்கு

இந்தக் காப்புச்சாலைக்குச் சிறப்பளிப்பவை இங்கு ஆயிரக் கணக்கில் கூடி இனம்பெருக்கும் வண்ணப்பறவைகளேயாகும். அவற்றுள் 14 வகைகள் உண்டென்பது ஏற்கனவே குறிப்பிடப் பட்டது, அந்த 14 வகைப் பறவைகள் வருமாறு: சிறியது, நடுத்தர மானது, பெரிது என்று மூன்று வகைப்பட்ட நீர்க்காகங்கள் (Cormorants); நீர்க்காகங்களுக்கு எட்டின முறையில் உறவான பாம்புத்தாரா (Darter); சிறியது, நடுத்தரமானது, பெரிது என்று மூன்று வகைப்பட்டிருக்கும் வெண்கொக்குகள் (Egrets); உண்ணிக் கொக்கு – இதை "மாட்டுக்கொக்கு" (Cattle Egret) என்போருமுளர்; மடையான் (Pond Heron); வக்கா (Night Heron); நரையான் (Grey Heron); நத்தைக்குத்தி நாரை (Open billed stork); துடுப்புமூக்கு நாரை (Spoonbill) – இதை வேடந்தாங்கலில் "மண்வெட்டிவாயன்" என்கிறார்கள். கங்கணம் (White Ibis) – இதை வேடந்தாங்கலில் "அரிவாள் மூக்கன்" என்கிறார்கள்; ஆகமொத்தம் பதினான்கு வகைகள்.

இவற்றுள் நீர்க்காக்கைகள் கருப்பானவை; வக்கா, நரையான், நத்தைக்குத்தி நாரை இவை மேல்பாகம் சாம்பல் நிறமானவை; கொக்குகள், துடுப்புமூக்கு நாரை, கங்கணம் இவை வெள்ளை யானவை. இவையெல்லாம் அடுத்தடுத்துக் கூடுகட்டி, கிளை களில் பெருங்கூட்டமாக இனங்கலந்து கூடியிருப்பதைக் கரையி னின்றும் பார்த்தால், அரியதொரு வண்ணக் கலவை தென்படும்.

நீர்க்காகம் கூடுகட்ட வளார் கொண்டுவருதல்

நீர்மட்டத்துக்கு மேலிருக்கும் இலை செறிந்த கிளைகளில் பச்சை இலைகள் தென்படாது. கருப்பாகவும் வெள்ளையாகவும் சாம்பல் நிறமாகவுமே மரங்களின் மேல்பாகம் காட்சி அளிக்கும்! அவை பச்சை இலை மரங்களாக இல்லாமல் வண்ணப் பறவை களை இலைகளாய்க் கொண்ட மரங்களாகத் தென்படும்!

இவை கூடுகட்டுவதில், ஓரினம் ஒரு மரத்திலும் மற்றவை மற்ற மரங்களிலும் என்று பாகுபாடு காட்டுவதில்லை. சேர்ந்தே வாழ்கின்றன. பல இன ஜாதிகளும் ஒவ்வொரு மரத்திலும் கலந்து கட்டியிருப்பதால், தோப்பின் தோற்றம் கலப்படமாகவே யிருக்கும். ஆனாலும், சில மரங்களில் சில இனங்களே பெரும் பான்மையாக இருப்பதைக் கவனிக்கலாம். கரைமேட்டு நடுவி லிருந்து (படிபோல் செதுக்கிவிட்டிருக்கும் இடத்திலிருந்து) பார்த்தால், தோப்பின் வடமேற்காகவுள்ள மூலை மரங்களில் (கிராமத்தைப் பார்த்தாற் போலிருக்கும் மரங்களில்) சாம்பல்நிற மான நத்தைக்குத்தி நாரைகளும் நரையான்களும் விசேஷமாக விருப்பது விளங்கும்; நேரெதிராகவுள்ள மரங்களில் வெண் கொக்குகளும் துடுப்புமூக்கு நாரைகளும் நீர்க்காகங்களும் அதிகமாகத் தென்படும். பாறைகள் கொண்ட தோப்பின் தென்மூலை மரங்களே வக்காக்களின் தாய்வீடு. அவை இலை மறைவாகப் பதுங்கியிருப்பதால் சற்று உற்று நோக்கினால்தான் அவற்றின் இருப்புப் புலப்படும்.

நீர்க்காகங்கள்

பாம்புத்தாரா

ஆவணி மாதத்தில் நல்ல மழையிருந்தால், புரட்டாசிக்கு முன்பாகவே பறவைகள் வேடந்தாங்கலில் கடப்பந்தோப்பில் வந்திறங்கத் தொடங்கும். ஒவ்வொரு இனமும் சிறுதிரளாகவும் பெருந்திரளாகவும் வந்திறங்கும். ஓரினத்தைச் சேர்ந்த அத்தனை பறவைகளும் ஒருமிக்க இங்கு வருவதில்லை. மேலும் முதன் முதலாக நத்தைக்குத்தி நாரைக்கூட்டமொன்று வந்து தோப்பின் புறவட்டத்தில், கரையை நோக்கி நிற்குமொரு மரத்தில் (இங்குள்ள மரங்களைச் சூழ்ந்தே ஏரியில் நீர் முதலில் தேங்கும்) இறங்கினால், அடுத்தாற்போல் வரும் நீர்க்காக்கைகளும் அதே மரத்தில் குடியேறலாம். இதுபோல, எல்லாப் பறவைகளும் வந்தடைவதற்கு சுமார் ஒருமாத காலம் பிடிக்கும். சில இறங்கினதுமே கூடுகட்டத் தொடங்கலாம். மற்றவை சிலநாள் தங்கி, தங்கள் இச்சை தீர இரைதேடியுண்டு பிறகு கூடுகட்டுகின்றன.

இந்த நீர்ப்பறவைகள், மற்ற பறவைகள் கூடு கட்டுவதுபோல் தோற்றநயமும் முடைநயமும் மெல்லிய நார் பஞ்சு முதலியன கொண்டமைந்த மென்மையான கூடுகள் கட்டுவதில்லை. பல விதமான உலர்ந்த குச்சிகளைப் பிணைத்து, சுள்ளியடுக்குப் போன்ற முரடான கூடுகளையே கட்டுகின்றன; தவிரவும், கூடுகட்ட இவை தேடும் குச்சிகள் அநேகமாய்ப் பெருமுட்கள் கொண்டன – இவற்றுள் களா, இலந்தை, வெள்வேலன் ஆகியவை முக்கியமானவை. அவ்விடத்திலேயே கிடைக்கக்கூடிய கடப்ப மரக் குச்சிகளை இவை உபயோகிப்பதில்லை – நத்தைக்குத்தி

சிறிய வெண்கொக்கு

நாரை மட்டும் வெகுசில கடப்பமரச் சிறு கிளைகளை இதுபோல் உபயோகிக்கலாம். தமக்கு வேண்டிய வளார்களை, சுற்றுமட்டு முள்ள புதர்க்காடுகளில் தேடி எடுத்து, அலகில் கப்பி ஒவ்வொன் றாய்க் கொண்டுவந்தே இவை கூடுகட்டுகின்றன. ஒவ்வொரு கூட்டிலும் நூறிலிருந்து முந்நூறு குச்சிகள் மட்டும் இருக்கலாம்; மேலும், இவற்றுள் பல சற்று தூரத்திலிருந்தே கொண்டுவரப்படு கின்றன. முட்டையிட்டுக் குஞ்சு பொரித்த பின்னும், அவ்வப் போது தமது கூடுகளைச் செப்பனிட முள்ளடர்ந்த வளார்களை இவை கொண்டுவருகின்றன.

வேடந்தாங்கலில் மொத்தம் எத்தனை நீர்ப்பறவைகள் இருக்கக்கூடும் என்று உறுதியாகக் கூறுவது இயலாத காரியம். மாலையில் பறவைகள் கூட்டம் கூட்டமாய் வரும்போது, ஏதோ லக்ஷக்கணக்கில் அவை இங்கிருப்பதாகத் தோன்றலாம்; நண்பகலில் பல பறவைகள் இரைதேடிச் செல்ல, தோப்பிலிருப் பவை சற்று இலைமறைவாக ஒளிந்திருக்கும்போது, சில நூறு பறவைகளே இருப்பதாக எண்ணலாம். தவிரவும், வானம் பார்த்த சீமைவிளை நெல்லைப் போல, இங்கு இனம்பெருக்கும் பறவைகளின் தொகையும் செழிப்பும் கூடுகட்டும் ஊக்கமும் மழையைப் பொருத்ததே. புரட்டாசி மாதத்தில் மழை குறைந்து, பிற்பாடும் அடைமழையாகப் பெய்யாமல் அவ்வப்போது லேசாகத் தூறி மழைகுன்றிய ஆண்டுகளில், நீர்ப்பறவைகள் மிகச் சிலவே இங்கு கூடுகட்டலாம். எல்லாவற்றையும் கருத்தில் கொண்டு

உண்ணிக்கொக்குகள்

பார்த்தால் பருவகால மழை வாய்ந்த வருஷங்களில் குஞ்சுகள், இனம்பெருக்காது தங்குபவை எல்லாம் உட்பட, தோப்பில் சுமார் ஆறாயிரம் பறவைகள் அடைந்திருப்பதாக மதிப்பிடலாம்.

இங்கு திரண்டிருக்கும் பறவைகளில் வக்கா, சிறிய நீர்க் காகம், சிறிய வெண்கொக்கு இவைகளே தொகை மிகுந்தவை களாகத் தென்படுகின்றன. அடுத்தாற்போல் தொகை மிகுந் துள்ளவை நத்தைக்குத்தி நாரை, நரையான், துடுப்புமூக்கு நாரை, உண்ணிக்கொக்கு, கங்கணம், மடையான் ஆகியவை. பெருவகை வெண்கொக்கு, பாம்புத்தாரா சில ஜதைகளே இங்கு குடியேறுகின்றன; பெரிய நீர்க்காகம் இங்கு அரிது.

இந்தப் பறவைகளெல்லாம் நம் நாட்டை, அதிலும் வேடந் தாங்கலைச் சார்ந்தனவே. இவற்றுள் வெண்கொக்கு, நீர்க் காகங்கள், பாம்புத்தாரா, வக்கா, துடுப்புமூக்கு நாரை போன்றவை இந்தியாவின் பக்கத்திலுள்ள வேறு தேசங்களிலும் குடியிருக்க லாம். சில தூரதேசங்களிலும் இருக்கலாம். ஆனால் வேடந்தாங்க லில் கூடுகட்டும் பறவைகளனைத்தும் அந்தவூரைச் சார்ந்தனவே.

நம்முள், ஒருவன் பிறந்து வளர்ந்த இடத்தையே அவன் தன் “ஊர்” என்று கொண்டாடுகிறான் – மேலும், பல தலைமுறை களாக அவன் மூதாதையரும் அங்கேயே பிறந்து வளர்ந்திருந்தால், அந்தவூரைக் கட்டாயமாக அவன் சொந்தம் பாராட்டுவான். பறவை வாழ்க்கை நிபுணர்களும், ஒரு பறவை இனம் பெருக்கிப் பிறந்து வளர்ந்த இடமே அதன் சொந்த இடம் என்று கொள் கிறார்கள். ஆகையால், வேடந்தாங்கலில் இனம்பெருக்கும் பறவைகள் எல்லாம் அந்த ஊர்ப் பறவைகளே என்பதில் சந்தேகம் சிறிதுமில்லை. இங்கு கூடுகட்டுமொரு பறவையினம், இலங்கையிலோ சீனாவிலோ ஐரோப்பாவிலோ வசித்துவந்தாலு மென்ன? அல்லது அமெரிக்காவில் வசித்தால்தான் என்ன? அந்தந்தத் தேசத்தில் வாழ்ந்து இனம்பெருக்குவது அந்தத் தேசத்தைச் சார்ந்தது, இது வேடந்தாங்கலைச் சார்ந்தது. மனிதர் எல்லாரும் ஓரினத்தவரே; ஆயினும் அவர்கள் பல தேசங்களில் வாழ்ந்து, பலவிதமாகத் தமது தேசத்தையும் ஊரை யும் பாராட்டுவதில்லையா? அதுபோலவேதான் பறவைகளும்.

முடிவாக ஒரு விஷயம். ஐப்பசி, கார்த்திகை மாதங்களில் தான் வேடந்தாங்கலிலுள்ள பறவைகள் பெரும்பாலும் கூடுகட்டுகின்றன – கூடுகளில் கார்த்திகையிலேயே குஞ்சுகளிருக் கும். தை மாதத்துக்குள் அனேகமாய் எல்லா முட்டைகளும் பொரித்துக் குஞ்சுகள் செழித்து வளர்ந்துகொண்டிருக்கும். “நாளொரு மேனியும் பொழுதொரு வண்ணமும்” என்ற முதுமொழி நீர்ப்பறவைகளின் குஞ்சுகளுக்கே முற்றிலும்

வயதுவந்த வக்காக்கள்

பொருந்தும் – அத்தனை விரைவாக அவை வளரும்! பங்குனி வெயில் முற்றுமுன், குஞ்சுகள் பெரிதாகி நன்றாகப் பறக்கும் திறமையடைந்து, குஞ்சுகளும் வயதுவந்த பறவைகளுமாய் வேடந்தாங்கலைவிட்டுப் போய்விடும். சித்திரை மாதப் பிறப்பன்றும் இங்கு சில பறவைகளைப் பார்க்கலாம். ஆனால் அம்மட்டும் ஒரு நூறு பறவைகளும் இங்கு தங்குவதில்லை – ஏரியில் தண்ணீர் முழுதும் வற்றிவிட்டால் இவைகளும் இங்கிருப்பதில்லை. ஆயிரக்கணக்கில் கூடுகட்டின பலவகைப் பறவைகளும் ஆயிரக் கணக்கில் இங்கு பிறந்து வளர்ந்த குஞ்சுகளும் வேடந்தாங்கலை விட்டு எங்கு செல்கின்றன?

இந்தக் கேள்விக்குத் திடமாகவும் விவரமாகவும் பதிலளிக்க முடியாது. வேடந்தாங்கல் ஏரியில் நீர் வற்றி, சுற்றுப்புறமுள்ள குளங்களும் குட்டைகளும் சிற்றேரிகளும் வற்றி, சதுப்புநிலமும் தேங்கி நிற்கும் நீரும் கடுந்தரையாக மாறிவிடவே, தங்களுக்கு வேண்டிய இரை கிடைக்காமல், மீன்களும், தவளைகளும் நத்தைகளும் மற்ற நீர்வாழ் சிற்றுயிர்களும் இருக்குமிடந்தேடி, ஆறுகளும், கால்வாய்களும் ஏரிகளுமுள்ள இடங்களுக்குப் பறவைகள் பறந்துவிடுகின்றன என்றே சொல்லலாம். வேடந் தாங்கலுக்கு அருகேயுள்ள நீர்த்துறைகளில், சில இனங்களைக் கோடைக்காலத்திலும் பார்க்கலாம் – வக்கா, மடையான், கொக்கு வகைகள் ஆகியவை வேடந்தாங்கலைவிட்டு இவ்விடங்களில் வந்து தங்கியிருக்கலாம். நத்தைக்குத்தி நாரை, துடுப்புமூக்கு

நாரை, நீர்க்காகங்கள், பாம்புத்தாரா முதலிய வகைகளை அருகிலுள்ள இடங்களில் காண முடியாது; இவை வேடந் தாங்கலை விட்டதும் தூரத்திலுள்ள ஆறுகளுக்கும் ஏரிகளுக்கும் செல்கின்றன எனத் தோன்றுகிறது; இறக்கை வலிமை வாய்ந்த இப்பறவைகளுக்கு நூறு இருநூறு மைல்கள் எளிதில் கடக்கக் கூடிய தூரமேயாதலால், இவை தூரப்பகுதிகளுக்குச் செல்வதில் ஆச்சரியமில்லை. ஆனால் இவை இன்னவிடங்களுக்கே செல் கின்றன என்று குறிப்பாய்ச் சொல்ல நம்மால் இப்போது முடியாது. அவற்றின் வரவையும் போக்கையும் மேலும் கூர்ந்து கவனித்தே நாமிதைக் கண்டுபிடிக்க முடியும்.

வேடந்தாங்கல் நீர்ப்பறவைக் காப்புச் சாலையின் வரலாறு

வேடந்தாங்கலில் சுமார் இருநூறு வருஷங்களுக்கு மேலா கவே ஆண்டுதோறும் நீர்ப்பறவைகள் இனம்பெருக்கி வரு கின்றன. மனிதர் பாதுகாப்பின்றியே இவை இத்தனை காலமாக இவ்விடத்திலேயே கூடுகட்டவில்லை. தென்னிந்தியாவில் பலவிடங்களில் ஒரு கிராமத்திலோ அதை அடுத்தோ நிற்கும் மரங்களிலோ பறவைகள் கூடுகட்டினால், பிறரால் எவ்விதக் கேடும் விளையாதபடி கிராமவாசிகள் அவைகளைக் காப்பாற்றி வருவது பழங்கால வழக்கம். இந்த வழக்கத்துக்குத் தன்னலம்

நரையான்

மா. கிருஷ்ணன்

ஒரு காரணமில்லை; இனம் பெருக்குங் காலத்தில் மனிதரிட மிருந்து தப்ப முடியாமல் பறவைகள் குஞ்சுங்கூடுமாக வலுவற்றிருக்கும் காலத்தில் அவற்றைக் காப்பது நமது கடமை என்று மக்களிடையே வழங்குமொரு ஜீவகாருண்யக் கொள்கையே இதற்கு ஆதாரம். வேடந்தாங்கல் விஷயத்தில் இந்தக் கொள்கை மட்டுமின்றி இங்கு பெருந்தொகைகளில் தோப்பில் கூடுகட்டும் பறவைகளைக் காக்க வேறு ஒரு காரணமும் உண்டு.

இத்தனை பறவைகளின் எச்சமும் ஏரியில் விழுவதால், சுற்றுமட்டுமுள்ள வயல்களுக்குப் பாய்ச்சப்படும் இந்த ஏரிநீர் நெடுங்காலமாகப் பயிர்களுக்குச் சிறந்த எருவாகவும் உதவி வருகிறது. இந்தப் பறவையெச்சம் கொண்ட நீர், பயிர்களுக்கு நல்ல செழிப்பளித்து, வயல்களில் இருபோகம் முப்போகமும் விளைகின்றது. இக்காரணத்தால் ஊரார் பறவைகளுக்கு ஏதேனும் அபாயம் ஏற்பட்டு அவை பயந்து தம்மூரைவிட்டுச் சென்றுவிடாத படி, நெடுங்காலமாக அவைகளைப் பாதுகாத்து வருகின்றனர்.

இதை மேலும் விளக்குமுன், வேடந்தாங்கல் என்று ஏனிந்த ஊருக்குப் பெயர் வந்தது என்பதைச் சிறிது ஆராயலாம். இதைக் குறித்துச் சமீபகாலத்தில் பலரும் பலவிதமாகச் சொல்லியிருக்கிறார்கள். இது 'வேடன்' 'தாங்கல்' என்ற இரு பதங்கொண்டது என்பதை எவராலும் மறுக்க முடியாது. 'தாங்கல்' என்ற சொல் 'தங்கல்' என்பதின் திரிபென்றும், முன் காலத்தில் 'வேடன்' என்றழைக்கப்பட்ட பறவையொன்று (இது இன்ன பறவை என்பது யாருக்கும் தெரியாது) இங்கு கூடுகட்டி வந்ததால் இந்தப் புராதனப் பறவை தங்கிவந்த "வேடந்தங்கல்" தான் 'வேடந்தாங்கல்' ஆக மாறிவிட்டதென்று சிலர் சொல்லியிருக்கிறார்கள்! இந்த விளக்கத்தைத் தமிழறிந்தவர் எவரும் நமது பறவைகளை அறிந்தவர் எவரும் ஒப்பமாட்டார்கள். 'தாங்கல்' என்ற சொல் ஒருபயோகத்தில் பாதுகாத்தலைக் குறிக்குமாதலால், வேடர்களிடமிருந்து பறவைகளை ஊரார் காத்த இவ்விடத்திற்கு இப்படிப் பெயர் வந்தது என்று சில வருஷங்களுக்குமுன் காரணம் கற்பித்ததும் பொருத்தமற்றது. அப்படியானால் இவ்விடம் வேடர்களுக்கு இடங்கொடுத்து அவர்களைக் காத்த இடமாகவிருக்க வேண்டும்! உண்மை எளிதில் விளங்குகையில் இப்படி வக்கிரமாக இந்த ஊரின் பெயருக்குக் காரணந்தேடுவதற்குக் காரணம் எதுவுமில்லை! 'தாங்கல்' என்ற சொல் ஊரையடுத்த தடாகத்தையோ குளத்தையோ குறிக்கும். இப்படித் தடாகங்கொண்ட பல மருதநில ஊர்களுக்குத் 'தாங்கல்' என்ற முடிவுடன் நெடுநாளாய்ப் பெயர் வழங்கி வருவதை நிரூபிக்கச் செங்கற்பட்டு மாவட்டத்தை விட்டு வெளியே செல்ல வேண்டாம். தாம்பரத்தின் அருகிலுள்ள

பழவந்தாங்கல் அநேகருக்குத் தெரிந்திருக்கலாம். வேடந்தாங்கலை அடுத்தாற்போலுள்ள மூன்று சிற்றூர்களுக்கு ‘சின்னத்தாங்கல்’, ‘பெரியத்தாங்கல்’, ‘முனியந்தாங்கல்’ என்று பெயர். ஆனாலும் ‘வேடன்’ என்ற சொல் இந்த ஊர்ப் பெயரில் வருவானேன் என்று கேட்கலாம் தமிழ்நாட்டில் பல ஊர்கள் இராமாயணக் கதையினின்றும் பெயர் கொண்டிருப்பதை விளக்க வேடந் தாங்கலுக்கு வெகு சமீபத்திலுள்ள ‘சித்திரக்கூடம்’ என்ற ஊரே போதும். ‘வேடந்தாங்கல்’ என்ற பெயரில் குறித்த வேடன், இராமாயணக் கதையில் சித்திரக்கூடத்தில் வசித்த வேடர் தலைவனாகிய குகனே என்று வைத்துக்கொள்ளலாம். இது நிற்க, இங்குள்ள நீர்ப்பறவைக் காப்புச்சாலையின் வரலாற்றை சற்று விரித்து உரைப்பதும் அவசியமாகும்.

இருநூறு ஆண்டுகளுக்கு முன்பு வேடந்தாங்கல் எப்படி யிருந்ததென்று விவரிக்கும் குறிப்பு எதுவும் கிடைக்கவில்லை. ஆனால் கி.பி. 1798ஆம் வருஷத்தில், ஏற்கனவே இந்த ஊரின் ஏரி நடுவில் ஒரு கடப்பமரத் தோப்பு இருந்தது. அதிலடைந்து கூடுகட்டும் நீர்ப்பறவைகளை ஊரார் காத்துவந்தார்கள் என்பவை களைக் காட்டப் போதுமான அத்தாட்சி இருக்கிறது. அப்போது, செங்கற்பட்டு மாவட்டத்துக்கு முதல் கலெக்டராக நியமிக்கப் பட்டவர் ‘லயனல் ப்ளேஸ்’ ஆவார். இவர் சில அரிய காரியங் களைச் செய்தவர். மதுராந்தகத்துப் பெருமேரியைக் கட்டியவரும் அவ்வூரிலுள்ள பிராட்டியார் கோயிலைச் செப்பனிட்டு உதவிய

நத்தைக்குத்தி நாரை

துடுப்புமூக்கு நாரை

துடுப்புமூக்கு நாரை

வரும் இவரேதான். வேடந்தாங்கல் கிராமத்தோரின் வேண்டு கோளுக்கிணங்கி, அவர்கள் கிராமத்துக் கடப்பந்தோப்பில் கூடுகட்டும் பறவைகளைப் பிறர் வந்து வருத்தாமல் காப்பாற்ற அவர்களுக்கு உரிமையுண்டென்று விளக்குமொரு கவுலை, இவர் அவர்களுக்கு அளித்தார். இந்தப் பத்திரம் கைமறதியாக வைக்கப்பட்டுத் தொலைந்துபோய்விட்டது. பிறகு, கிராமவாசிகள் தொலைந்துபோன கவுலைப் புதுப்பித்துக் கொடுக்க வேண்டுமென்று கேட்டுக்கொள்ளவே செங்கற்பட்டு உதவி மாஜிஸ்திரேட்டாக இருந்த ஜி.பி. டாட், 1858ஆம் ஆண்டு ஜனவரி மாதம் 7ந்தேதி அன்று பின்வருமாறு ஒரு கவுலை[1] அளித்தார் – இதை இன்றைக்கும் காணலாம்: –

"கருங்குழி தாலூகாவைச் சார்ந்த வேடந்தாங்கல் கிராமத்தாருக்குக் கொடுத்த கவுல் என்னவென்றால்,

> "உங்கள் கிராமமாகிய மேற்குறித்த வேடந்தாங்கல் ஏரியிலிருக்கின்ற கடப்ப மரங்களில் நானாவித பக்ஷி சாதிகள் அனாதியாய் வாசஞ்செய்வதாயும் அவைகளை ஒருவருஞ் சுடாமலும் பிடியாமலுமிருக்கும் பொருட்டு முன்னாலேயே மேஸ்தா ப்ளேஸ் துரையவர்கள் கவுல் கொடுத்ததாயும் அது கை சோர்ந்து போனதாயும் அதற்கு பதில் வேறு கவுல் கொடுக்கவேண்டுமென்றும் நீங்கள் நம்மைக் கேட்டுக்கொண்டமையால் அந்தப்படி இதை உங்களுக்குக் கொடுக்கலாயிற்று.
>
> "யாராவது துரைகளாவது வேட்டைக்காரர் முதலியவர்கள் மேற்குறித்த உத்திரவுக்கு விரோதமாய் மேற்குறித்த ஏரி வந்து மேற்குறித்த பக்ஷிகளை சுட அல்லது பிடிக்க எத்தனப்படுவார்களேயாகில் அவர்களுக்கு இதை காண்பித்து அப்படி செய்ய ஒட்டாமல் தடுத்துப் போட வேண்டியது அறியவும்."

பிறகு, 1836ஆம் ஆண்டு பிப்ரவரி மாதம் 10ஆம் தேதியன்று செங்கற்பட்டு கலெக்டராக இருந்த ஏ.எச்.ஏ. டாட் வெளியிட்ட ஒரு உத்திரவில் நூறு வருஷங்களுக்கு மேலாகவே வேடந்தாங்கல் ஒரு நீர்ப்பறவைக் காப்புச்சாலையாக ஊரார்களால் நிலை நிறுத்தப்பட்டது என்றும், இதை அரசாங்கத்தார் பறவைக் காப்புச்சாலையாக மதித்து அதற்கு வேண்டிய விதத்தில் விளம்பரம் செய்ய வேண்டும் என்றும் தெரிவித்தார்.

வேடந்தாங்கலில் யாரும் பறவைகளைச் சுடக் கூடாது. அது மட்டுமில்லை, வேடந்தாங்கலிலிருந்து 20 மைல் சுற்றளவுக்குள்ளாகவும் நீர்ப்பறவைகளை எவரும் சுடக் கூடாது என்று சமீபத்தில் அரசாங்கம் கட்டளையிட்டிருக்கிறது. தவிரவும்,

இந்தப் பறவைப் புகலிடத்தைப் பார்க்க வருவோர் ஏரியிலிறங்கித் தோப்பை அணுகக் கூடாது. இப்போது, வேடந்தாங்கல் போவதற்கு ஏரிக்கரைக்கே செல்லும் நல்லதொரு சாலை கட்டியிருக்கிறார் கள்; பறவைகள் அங்குக் கூடுகட்டுங்காலத்தில் வேடந்தாங்கலுக்குச் செல்வோருக்கு வசதியாய்ச் செங்கற்பட்டிலிருந்து பஸ் வசதி களும் ஏற்படுத்தியிருக்கிறார்கள்.

வேடந்தாங்கலில் கூடுகட்டும் பறவைகளைப் பற்றிய குறிப்புகள்.

நீர்க்காகங்கள்: பெரிய நீர்க்காக்கை சில ஜதைகளே இங்கிருப்பதால் அவைகளைக் காண்பதரிது. வாத்தளவுள்ள கருமையான உடலும் கீழ் அலகின் அடியில் தோல் சிறகற்று மஞ்சளாகவிருப்பதும் சில மாதங்களில் நுண்ணிய வெண் சிறகுகள் முகத்தை மறைத்து நரை மயிர்போல் முளைத்திருப்பதும் இப்பறவையின் இனத்தை அறிய உதவும்.

சிறிய நீர்க்காகத்திற்கும் நடுத்தர நீர்க்காகத்திற்கும் தூரத்தி லிருந்து வித்தியாசம் கண்டுபிடிப்பது கடினம். அண்மையில் இருந்து பார்த்தால் சிறியது ஓர் அண்டங்காக்கை அளவாய் இருப்பதும் நடுத்தரமானது கிட்டத்தட்டப் பருந்தளவு இருப்பதும் புலப்படும். நடுத்தர நீர்க்காகத்தின் தலையின் இருபக்கங்களிலும் ஒரு ரூபாயளவில் வட்டமானதொரு வெள்ளை அடையாளக் குறியைப் பல மாதங்களில் காணலாம்.

எல்லா நீர்க்காகங்களும் முங்கி நீந்துவதில் திறமையுள்ளவை. நீரில் மூழ்கி, மீன்களையும்விட விரைந்து நீந்தி அவை இரை பிடிக்கும். தண்ணீரில் நீந்தும் நீர்க்காகத்தின் உடல் முழுதும் முங்கி, அதன் கழுத்து மட்டுமே நீர்மட்டத்தின் மேலிருக்கும்; தலை சற்று தூக்கினாற்போல் இருக்கும். நீர்க்காகங்கள் நீந்தியும் மூழ்கியும் இரைதேடுவதை வேடந்தாங்கல் ஏரியிலேயே பார்க்க லாம்; சில வேளைகளில் (முக்கியமாய் ஏரி நீர் வற்றி வருகையில்) அவை பல கூடி இப்படி வேட்டையாடும்.

மாலையில் நீர்க்காகங்களின் பெருங்கருந்திரள்கள் அதி வேகமாக இறக்கையடித்து வந்து தோப்பிலடையும் காட்சி பார்ப்போருக்குச் சிந்தையைக் கிளரும் காட்சி.

பாம்புத்தாரா: இது பெரிய நீர்க்காகத்தின் அளவில் இருக்கும். அதன் நீண்ட கழுத்தின் அடி வளைந்தும் சற்று நீண்ட வாலமைந்த தாகவும் இருக்கும். தண்ணீரில் முங்கி நீந்தி இரை பிடிப்பதில் வெகுசாமர்த்தியமுள்ளது. நீந்தும்போது நீண்ட கழுத்தும் சிறு தலையும் குத்துக்கத்தி போன்ற அலகுமே நீர்மட்டத்தின்

மேலாகவிருப்பதால், தலை தூக்கி நீந்திவரும் பாம்பு போலவே அப்போது தென்படும். சிலவேளைகளில் இறக்கைகளை அடிக்காது பரப்பி, வானத்தில் வட்டமிடும். வேடந்தாங்கலில் சிலர் இதைக் 'கலிகா' என்ற தவறான பெயரால் அழைக்கின்றனர்.

வெண்கொக்குகள்: இவை சுத்த வெள்ளைநிறமாக இருக்கும்; அலகு, கால்களின் நிறம், அளவு ஆகியவைகளிலிருந்து இவற்றின் இன அடையாளத்தைத் தூரத்திலிருந்து தெரிந்துகொள்ளலாம்.

சிறிய வெண்கொக்கை தூரத்திலிருந்தும் இனஞ்சொல்லி விடலாம். இது ஓர் உண்ணிக்கொக்கின் அளவில் இன்னும் மெலிந்து கழுத்து நீண்டிருக்கும்; கால்களும் அலகும் கருப்பு; ஆனால் கால் விரல்களின் மேல்தோல் மஞ்சளாகவிருக்கும் – பறக்கும்போது இந்தக் குறி தெளிவாக விளங்கும். கூடுகட்டும் காலத்தில் இதன் அடித்தலையினின்றும் இரண்டு நீண்ட மெலிந்த சிறகுகள் முளைத்துத் தொங்கும்; மார்பிலும் கீழ் முதுகிலும் நுட்பமாய் வகுத்த மெல்லிய வெண் சிறகுகள் முளைத்திருக்கும். இது தன் பரந்த இறக்கைகளை விரித்து அவசரமின்றி ஒய்யாரமாகப் பறந்து செல்வது மிகவும் அழகான காட்சி.

நடுத்தர வெண்கொக்கிற்கும் பெரிய வெண்கொக்கிற்கும் அளவிலுள்ள வேற்றுமை தூரத்தில் தென்படாது. கூடுகட்டுங் காலத்தில் இரண்டிற்கும் மார்பிலும் கீழ் முதுகிலும் நுட்பமாய் வகுத்த வெண்சிறகுகள் முளைக்கும் (தலையில் இரு சிறகுகள் இவைகளுக்கில்லை). வேறிடங்களில், பெரிய வெண்கொக்கின் மஞ்சள் அலகு கூடுகட்டும்போது கருப்பாய் மாறவே, அலகி லிருந்தும் இன வித்தியாசம் கண்டுபிடிக்க முடியாது. வேடந்தாங்க லில் பெரிய வெண்கொக்கின் அலகு நிறம் மாறாது மஞ்சளாகவே இருப்பதால் எளிதில் இதை அடையாளம் கண்டுகொள்ளலாம். பெரிய வெண்கொக்கே கொக்குகளில் உயரமானது – இது ஒரு நரையான் உயரமிருக்கும். தோப்புப் பக்கமாக நீர் ஆழமாக வில்லாதவிடங்களில் இது மெல்ல நடந்து மீன் வேட்டையாடும்.

உண்ணிக்கொக்கு: புல்தரையில் மேயும் மாட்டு மந்தைகளை அவை பின்பற்றிச் செல்வதால் சிலர் இவற்றை 'மாட்டுக்கொக்கு' என்றழைப்பதுண்டு. இவை முக்கியமாய் பூச்சியிரையையே புசிக்கும். கழனிகளிலும் கரையோரமாகவும் நடமாடும் கூட்டங் களில் இதைப் பார்க்கலாம். அலகு மஞ்சள்நிறம்.

மடையான்: சென்னையிலும் சுற்றுப் பக்கத்திலுள்ள ஊர் களிலும் சகஜமாகக் காணப்படும் இப்பறவைக்கு 'மடையான்' என்ற பழந்தமிழ்ப் பெயரை அநேகர் உபயோகிப்பதில்லை, இதைக் 'குருட்டுக்கொக்கு' என்றழைக்கிறார்கள். இந்தப் பெயர்

அதன் கண்பார்வையைக் குறிப்பதில்லை. நம்மை அது கண்ணைக் கட்டிட மயக்குவதைத்தான் குறிக்கும்! ஒரு வாய்க்காலோரமாகவோ கரையோரமாகவோ மடையான் அசையாது ஒடுங்கி மீன்பிடிக்கச் சமயம் பார்த்து நின்றுகொண்டிருக்கையில், அதன் உடல்நிறம் சூழ்ந்துள்ள மண் தரையின் நிறத்தை ஒத்திருக்கும். சமீபத்திலிருக்கும் மனிதருக்கும் அதன் இருப்பு விளங்காது. திடீரென்று தன் பரந்த வெள்ளையிறக்கைகளை விரித்து, மாயமாக வெண்பறவையாக மாறி, அது பறந்து செல்லும்போதே அது அங்கிருந்ததை நாம் அறிவோம்!

வக்கா: இவை பெரும்பாலும் இருட்டிய பின்பே வெளிவரும். வயதுவந்த வக்காவின் மேல்புறம் சாம்பல் நிறமாயிருக்கும்; மேல்தலை கருத்துக் கருநிறச் சிறகுகளும் இரண்டு நீண்ட வெண்சிறகுகளும் செறிந்த கொண்டை இதற்குண்டு; அடிப்பாகம் வெளுப்பு; கூடுகட்டுங் காலத்தில் கால் சிவந்திருக்கும். வளர்ச்சியடைந்தும் இன்னும் பருவமடையாத வக்கா, மடையானைப் போல் களிமண் நிறப்புள்ளிகள் தெளித்திருக்கும் – ஆனால் வெள்ளை இறக்கைகள் கிடையாது.

நரையான்: 'நாராயணனை நராயணனென்றே கம்பன் ஓராமற் சொன்ன' குற்றத்தைக் காளமேகப் புலவர்[2] எடுத்துக் காட்டியிருக்கிறாரேயொழிய, யாரும் இதுமட்டும் 'நரையான்' 'நாராயணன்' ஆன விந்தையை எடுத்துச் சொல்லவில்லை! ஆனால் வேடந்தாங்கலில் இதையும் காணலாம். இந்தப் பறவைக்கு 'நரையான்', 'நாரையான்' என்ற பெயர்களே வேறெங்கும் வழங்குகின்றன. தமிழில், பறவையினங்களே பெயர்களோடு 'புள்', 'பட்சி', 'குருவி' என்ற பொதுப்பெயர்களையும் கடையடை மொழிகளாகச் சேர்ந்து சொல்வது வழக்கம். உதாரணமாக, செம்போத்துப்புள், மீன்குத்திப்புள், மரங்கொத்திப் புள், சோளப்பட்சி, மைனாப்பட்சி, பாலக்குருவி, இருதலைக் குருவி, தினைக்குருவி. வேடந்தாங்கலில் 'நாரையான் + பட்சி' என்பது 'நாராயணப்பட்சி' என்று மாறி, இப்பெயராலேயே நரையானை அழைக்கிறார்கள்.

வக்கா, மடையான், கொக்குகள், நரையான் இவையெல்லாம் பறந்து செல்லும்போது கழுத்தை மடக்கி, தலையை முதுகை ஒட்டினாற்போல் இழுத்துக்கொள்ளும். நாரை வகைகள் கழுத்தை நீட்டிப் பறக்கும்.

நத்தைக்குத்தி நாரை: இந்திய நாரையினங்களில் இதுவே சிறியது; ஆயினும் வேடந்தாங்கலிலுள்ள பறவைகளில், நரையான், துடுப்புமூக்கு நாரை இவைகளுடன் ஒப்பிடும்போது இது பெரியது; நரையான் அளவில் இன்னும் உடல் தடித்திருக்கும்.

வயதுவந்த நத்தைக்குத்திகளின் அலகுகள், மேலலகும் கீழலகும் ஒன்றோடொன்று இணைந்து கூடாமல், பறவை வாய் மூடி யிருக்கும்போதும் இடையே ஒரு துளை இருக்கும்; இளம் பறவைகளின் அலகுகள் இடையே துளை கிடையாது. நீரில் வாழும் நத்தையினங்களே இந்த நாரையின் முக்கிய இரை. மீன் முதலிய மற்ற இரையையும் இது தேடும்.

மாலையில் இரைதேடி வீடு திரும்பும் நத்தைக்குத்திகள் பெருந்திரளாகக் கூடி வானத்தின் உச்சியில் தோப்பின் மேல் இறக்கை பரப்பி வட்டமிடும். ஆகாயத்தில் மிதக்கும் புள்ளி களாகவே தென்படும். அவ்வளவு உயரத்தில் இவை பறக்கும். சில நிமிஷங்கள் இப்படி வட்டமிட்டபின், எல்லாம் ஒருங்கே இறக்கை மடித்துப் பெரும் வேகத்துடன் செங்குத்தாய்ப் பாய்ந்து இறங்கும் – தோப்பை அணுகியதும் பல திக்குகளிலும் சிதறி இறக்கை விரித்துத் தங்கள் கூடுகளை நோக்கிப் பறந்து செல்லும் இந்த அற்புதமான காட்சியைக் கண்டவர் எளிதில் இதை மறக்கமாட்டார்கள்.

துடுப்புமூக்கு நாரை: இதை இலங்கையில் 'சப்பைச் சொண டான்' என்பர். ஆங்கிலத்தில் *Spoonbill* என்பர். வேடந்தாங்கலில் 'மண்வெட்டி வாயன்' என்று சொல்லுகிறார்கள். சட்டுவம்போல் நுனிவிரிந்து சப்பையாகவுள்ள விசித்திர அலகைக் கருதியே இவ்வாறு பெயர்வைக்கப்பட்டுள்ளது. ஜதை கூடும் காலத்தில் இதற்குத் தலையின் பின்புறமாக வெள்ளைச் சிறகுகளடர்ந்த

இளம் வக்கா

ஒரு பெருங்குடுமியுண்டு; வேடந்தாங்கலில் வந்திறங்கிய நாளி லிருந்து இங்கிருந்து வெளியேறுமட்டும், இங்குள்ள துடுப்புமூக்கு நாரைகளுக்கு இப்படிக் குடுமி வாய்த்திருப்பதைக் கவனிக்கலாம் – குஞ்சுகளுக்கும் வளர்ந்த இளம் பறவைகளுக்கும் மட்டுமே தலை மொட்டையாயிருக்கும்.

கங்கணம்: இதுவும் கிட்டத்தட்ட துடுப்புமூக்கு நாரை அளவில், அதைப்போல் வெள்ளையாகவிருக்கும். ஆனால் கழுத்து சிறகற்றும் தலையும் மூக்கும் கருப்பாயும் இருக்கும். இதன் அலகு வளைந்து அரிவாள் போலிருப்பதால் வேடந்தாங்க லில் இதை 'அரிவாள் மூக்கன்' என்கிறார்கள். வக்காக்களைப் போல் இதுவும் இரவில் இரைதேடும் பறவை – ஆனால் குஞ்சு களுக்கு இரைதேடப் பகல்போதிலும் வெளிக்கிளம்பும்.

●

குறிப்பு:

1. 'கவுல்-நிலக்குத்தகை உடன்படிக்கை.' (தமிழ் லெக்சிகன், தொகுதி 2, ப. 796)
2. காளமேகப் புலவர் பாடல்:

   நாரா யணனை நராயணன்என் றேகம்பன்
   ஓராமல் சொன்ன உறுதியால் – நேராக
   வாரென்றால் வர்என்பேன் வாளென்றால் வள்என்பேன்
   நாரென்றால் நர்என்பேன் நான்.

பன்றி வேட்டை

கிழவன் சித்தாவைக் கேட்டே விடுவதென்று கடைசியில் முடிவு செய்தேன்.

என் வீட்டுக் கொல்லைப்புறக் குப்பத்து மூப்பர்களில் ஒருவன் சித்தா. எனக்கும் அவனுக்கும் உறவு உண்டாக்கிய ஒரு விஷயம் உண்டு: கறவை ஆடுகள் என்றால், எங்கள் இருவருக்குமே சிரத்தை. சென்ற வாரந்தான் அவனுக்கு ஒரு பழைய சட்டையை இனாமாகக் கொடுத்தேன். நான் சமத்காரமாக நடந்துகொள்ள வேண்டும்; அதிகாரி என்றில்லாமல் சொந்த முறையிலே பன்றி வேட்டையைப் பார்க்க எனக்கு ஆசை என்று அவனிடம் உறுதி கூற வேண்டும். இப்படிக் கூறினால், அடுத்த தடவை அவனுடைய சகாக்கள் பன்றி வேட்டை ஆடப் போகும்போது என்னையும் அவர்களுடன் அழைத்துப் போகும்படி கிழவன் சித்தா ஏற்பாடு செய்யக்கூடும். நான் வேட்டை ஆடுகிறவன் அல்ல. தவிர, சுத்த சைவ உணவு சாப்பிடுகிறவன். இருந்தாலும்,

மா. கிருஷ்ணன்

மனிதன் நடந்தே போய், நாய்களையும் ஈட்டிகளையும் துணையாகக் கொண்டு வேட்டை ஆடுவதைப் பார்க்க மிக்க ஆவல் கொண்டிருந்தேன். இங்கேயிருந்து இருபதே மைல் தூரத்தில் பாழ் அடைந்து கிடக்கும் 'ஹம்பி'யின் கற்களில் வில்லும் அம்பும் கத்தியும் ஈட்டியும் ஏந்தி, நாய்கள் உதவ, பன்றி வேட்டை ஆடும் வேடர்களைச் சித்திரித்த சிற்பங்கள் இருப்பதைப் பார்த்து நான் மயிர்க்கூச்சு அடைந்ததுண்டு. போயாக்கள் அந்தப் பரம்பரையைச் சேர்ந்தவர்களே. நன்றாக வேட்டை ஆடுவார்கள். இப்போது வில்லும் அம்பும் பட்டாக் கத்தியும் உபயோகிக்காவிட்டாலும், குத்திக் கொல்லும் குட்டை ஈட்டிகளையும் வேட்டை நாய்களையும் பலர் வைத்திருந்தார்கள். நான் இட்ட வேலையை எல்லாம் செய்ய ஏவலாக அமர்த்திக்கொண்டிருந்த அநுமந்தன் என்ற ஒரு போயாப் பையன், கதை கதையாய்த் தங்கள் பன்றி வேட்டையைப் பற்றிச் சொல்லக் கேட்டிருக்கிறேன்.

என் ஆசையைச் சித்தாவிடம் சொன்னதும், அவன் விழுந்து விழுந்து சிரித்தான். "அது இரண்டு தலைமுறைக்கு முன் நடந்ததுங்க. இப்பவெல்லாம் கிடையாது" என்று சாதித்தான். அவன் சிறு பையனாக இருந்தபோது – இப்போது அவனுடைய வயசு அறுபதை எட்டுகிறது – அவனுடைய பாட்டன் காலத்தில் நடந்த 'பேர்போன' பன்றி வேட்டைகளைப் பற்றிச் சித்தாவும் கேள்விப்பட்டதுண்டாம். அந்த வேலையை வெகுகாலத்துக்கு முன்னமேயே போயாக்கள் விட்டு விட்டார்களாம். இப்போதெல்லாம் சட்ட வரன்முறைக்கு உட்பட்டே வாழ்க்கை நடத்தி வருகிறார்களாம். "அநுமந்தன் சிறுபிள்ளைத்தனமாகக் கற்பனை செய்த விஷயங்களைச் சொல்லி 'மேஸ்திரிட் ஐயா'வைத் தடுமாறச் செய்திருக்கிறான்" என்று சொல்லிக்கொண்டே அந்தப் பையனைப் பார்த்து ஒரு முழி முழித்தான். அநுமந்தனும், "ஆமாங்க; என் பாட்டன் சொன்ன பன்றி வேட்டையைத்தான் சொன்னேனுங்க" என்று தானாகவே முன்வந்து என்னிடம் சொன்னான்.

மேலே கேள்வி கேட்பதில் பயன் ஒன்றுமில்லை என்பது தெளிவாயிற்று. நான் அந்தப் பிராந்திய மாஜிஸ்டிரேட். இதுதான் தொல்லை. பாதுகாப்பான காடுகளில் வேட்டை ஆடுவதைச் சர்க்கார் தடுத்திருக்கிறார்கள். பல இனப் பிராணிகள் பாதுகாப்புக்கு உட்பட்டவை. அந்தவகையில் பன்றி சேரவில்லை. என்றாலும், நேரடியாகச் சாட்சியம் சேகரிப்பதற்காகவே பன்றி வேட்டையில் நான் ஆவல் கொண்டிருப்பதாக இந்தப் போயாக்களுக்குச் சந்தேகம் வந்திருக்கிறது.

ஒரு வாரத்துக்குப்பின் ஒருநாள் பொழுது விடிய வெகு நேரம் இருக்கும்போது, அலாதியான ஒரு நாற்றம் வீசவே நான் விழித்துக்கொண்டேன். அந்த வாசனையில் பலர் பரவசமடைந்திருக்கிறார்கள். எனக்கோ பொசுங்கிய மயிர், தோல் இவற்றில் கிளம்பும் நாற்றந்தான் தெரிந்தது. அதை மோந்துகொண்டே போயாக் குப்பத்தின் ஊடே சந்தடி செய்யாமல் நடந்தேன்; போயாக்கள் கொம்மாளம் அடித்துக் கொண்டிருந்த ஓர் இடத்துக்குப் போய்ச் சேர்ந்தேன். அங்கே ஆழ்ந்த ஒரு குழி நிறையத் தகதக என்று ஜொலிக்கும் தணல். அதன்மேல் இரண்டு சிறிய பன்றிகள். அலை அனலில் பொரிந்துகொண்டிருந்தன. குழியைச் சுற்றிப் பலர் ஆவலுடன் காத்திருந்தார்கள். பக்கத்தில் வழவழப்பான ஒரு கல்லில் சித்தாவும் அநுமந்தனும் ஜ்வாலை வெளிச்சத்தில் தங்கள் ஈட்டி முனைகளைத் தீட்டிக்கொண்டிருந்தார்கள்.

என் வருகை அவர்களை ஒரு கணம் திகைக்க வைத்தது. சித்தாவின் ஒன்றுவிட்ட சகோதரனான மல்லோசாமி என்ற மற்றொரு மூப்பன் எனக்குப் பரிபூர்ணமான சமாதானம் சொல்ல வந்தான். “மேஸ்திரிட் ஐயா சந்தேகத்துடன் பார்க்கும் இந்தப் பன்றிகள் நியாயமான வழியிலேயே கிடைத்தவை. ரொக்கப் பணத்துக்கு எல்லைக் கிராமமான தாராநகரியில் வாங்கியவை” என்றான்.

“ஐயோ பாவம்! தாராநகரியில் எவருமே பன்றி வளர்ப்ப தில்லை என்பது பிரசித்தமாச்சே. இந்த நிலையில் இவை திருட்டுச் சொத்தாக இருக்கலாமோ என்பது யோசிக்க வேண்டிய விஷயம்” என்றேன் நான்.

சித்தா குறுக்கிட்டு, “இவை வீட்டுப் பன்றிகள் என்று நாங்கள் சொல்லவில்லையே! சந்தேகமில்லாமல் காட்டுப் பன்றிகள்தான். மணிலாக்கொட்டைப் பயிரில் புகுந்து நாசம் செய்ததால் பயிரைக் காப்பாற்ற வேண்டி இவற்றைக் கொன்றிருக்கிறார்கள். இது நியாயம். பல கைகள் மாறி வந்த இவற்றை நாங்கள் வாங்கினோம்” என்றான்.

மணிலாப் பயிர் பிடுங்கி மூன்று மாதங்கள் கழிந்த பின்பு இந்தக் கதை! கடைசியில் ஓர் ஏற்பாட்டுக்கு அவர்கள் இசைந்தார்கள். நான் இழந்த தூக்கத்தை மீண்டும் பெற வீட்டுக்குத் திரும்ப வேண்டியது; ஞாயிற்றுக் கிழமை காலை போயாக்கள் என்னைப் பன்றி வேட்டைக்கு அழைத்துப் போவார்கள்: இதுதான் ஏற்பாடு. சித்தாவும் அநுமந்தனும் வேட்டைக் குழுவுக்கு முகாமை வகிப்பவர்கள் என்று அறிந்து வியப்படைந்தேன்.

அடுத்த சில நாட்களில் முக்கியமாக ஞாயிற்றுக் கிழமையில் மற்றும் பல விஷயங்கள் தெரிய வந்தன. அவற்றைப் பன்றி வேட்டை மூலமாகவே உங்களுக்கு அறிவிப்பதுதான் நல்லது. இரவு மூன்று மணிக்கு வேட்டை தொடங்கியது. பனி மூட்டம் போட்டிருந்தது. ஈட்டி, கோடரியுடன் ஆறு போயாக்கள்; நாய்களும் ஆறு; ஆயுதம் எதுவும் இல்லாமல் 'பூட்ஸ்' தரித்த ஒரு 'மேஸ்திரிட் ஐயா' – இப்படி ஒரு கோஷ்டி. குறுக்கு வழியிலே பனியில் நனைந்து வழுக்கும் புல்லின்மேல் ஒரு மைல் தூரம் நடப்பதற்குள், 'பூட்ஸ் ஏன் அணிந்தோம்?' என்று வருந்தினேன். நாய்களோ குப்பத்து நாய்கள்; ஒன்றுகூட இளம் வயசு நாயல்ல. நாய்களின் தோள்பட்டையில் சிலுவைக் குறி மாதிரி சூடு போட்ட வடு இருந்தது. காட்டுப் பன்றிகளின் தந்தங்களி லிருந்து நாய்களைக் காப்பாற்றும் ரட்சையாக ஒருவேளை இந்தச் சூடு போட்டிருப்பார்களோ, என்னவோ. சுருக்கிட்ட கயிற்றைக் கொண்டு நாய்களை இழுத்துப் பிடித்துக்கொண் டிருந்தார்கள். நினைத்த கணத்தில் அவற்றைக் கயிற்றிலிருந்து விடுவிடுக்க முடியும்.

சுற்றிலும் மூன்று கஜ தூரமே பார்க்க முடிந்தது. பன்றிகள் இவ்வளவு கிட்ட வந்து தென்பட்டால் என்னதான் செய்யப் போகிறார்களோ? ஆனால் சரியான சமயத்திலேதான் வேட்டை தொடங்கியது. குன்றுகளை நாய்கள் அடைந்த போது, மணி ஐந்து. நாய்கள் ஒரே முகமாக இழுக்க ஆரம்பித்தன. இரு குன்றுகளின் நடுவே ஒரு மைல் தூரத்தில் பன்றிகள் இருந்தன. அவ்வளவு எட்டாக்கையில் இருந்த பன்றிகளை நாய்கள் மோப்பம் பிடித்தது எனக்கு ஆச்சரிய மாக இருந்தது. வீசும் காற்றில் பன்றிகளின் வாசம் நாய்களை நோக்கி வரக்கூடிய திசையிலே சுற்றி வளைத்துக்கொண்டு வேட்டைக் கோஷ்டி போய்க்கொண்டிருக்கிறது! இந்த முன்னேற்பாடு அப்போதுதான் எனக்குத் தெரிய வந்தது.

ஆசுவாசப் படுத்திக்கொள்ளச் சற்று ஓய்வு எடுத்துக் கொண்டார்கள். அதே சமயம் மேலே செய்ய வேண்டிய தந்திரங்களைப் பற்றிக் கிசுகிசு என்ற குரலில் சர்ச்சை நடந்தது. நாய்களைக் கெட்டியாக இழுத்துப் பிடித்திருந்தார்கள். குன்றின் சிகரம் மாத்திரம் வெள்ளி முலாம் பூசியதுபோல் வெளுக்க ஆரம்பித்தது. குன்றின் மேல் ஏறலானோம். குன்றின் உச்சியில் பன்றிகள் இருக்கும் இடத்துக்கும் மேலே நாய்களை யாராவது கொண்டுபோய் அங்கே அவிழ்த்துவிட வேண்டும்; அப்போது வேடுவர்களின் பக்கமாகப் பன்றிகளை நாய்கள் துரத்திச் செல்லும் – இது அவர்களுடைய கருத்து. மறைவில்

நின்றுதான் பன்றியின்மேல் ஈட்டி பாய்ச்ச முடியும். மலைச் சாரலுக்குப் போய்ப் பன்றிகளை எந்த மனிதனும் விரட்டிப் பிடிக்க முடியாது.

அதிக உயரம் இல்லாத ஒரு மரக்கவையாகப் பார்த்து அதில் நான் ஏறிக்கொண்டேன். அங்கேயிருந்து பார்த்தால் சுற்றிலும் நன்றாகத் தெரியும். நாய்களைக் குன்றின் மேல் சித்தா நடத்திச் சென்றான். புதர்களின் மறைவில் மற்றவர்கள் பதுங்கினார்கள். குன்றுகளின் இடைவெளியில் வெளிச்சம் தோன்றி இளம் வெயில் அடித்தது. நாய்கள் உற்சாகத்துடன் குரைக்கலாயின. கயிறுகள் அவிழ்ந்து விழுந்தன.

சிறிது நேரம் வரையில் ஒன்றும் ஆகவில்லை. பின்பு திடீர் என்று பன்றிகளின் கூட்டம் ஒன்று எங்களுக்கு வலதுபுறமாகக் குன்றை நோக்கி ஓடியது. வயசு வந்த ஆண் பன்றி ஒன்று என் கண்முன் ஒருகண நேரம் தோன்றியது. அது எங்களை விட்டு ஓடியதைக் கண்டுகளித்தேன். மலைப்பன்றிகள் பெரியவை; மிகுந்த வலிமை உடையவை: தைரியமும் நிறைந்தவை. வளர்ச்சி அடைந்த ஆண் பன்றி, புலிக்குச் சரிசமமான எதிரி. அதைப் புலி கண்டால் மரியாதை யாக ஒதுங்கிவிடும். வளர்ந்த ஒரு பெண் பன்றியேகூட மனிதனையும் நாயையும் குதறித் தூக்கி எறியும். அது கடித்து உண்டாக்கிய ரணத்தைப் பார்த்தவர்களுக்குத்தான் அது பிடுங்குவது எவ்வளவு துன்பம் விளைவிக்கும் என்று தெரியும். ஆனால் அந்த நாய்கள் புத்திநுட்பம் உள்ளவை. பன்றிக் கூட்டம் முழுவதையும் தொடராமல் சிறிய பன்றிகளை மட்டும் பிரித்து எங்கள் பக்கம் அந்த நாய்கள் விரட்டி வருகின்றன. போயா ஒருவன் வலதுபுறம் பாய்ந்து புதரில் எதையோ தன் ஈட்டியால் குத்துகிறான். வீரிடுகிறது ஒரு சிறிய பன்றி. மறுமுறை அது வீரிடுவதற்குள் மற்றவர்களும் அதைத் தாக்கிக் கொன்று விடுகிறார்கள். உடனே அவர்கள் தனித்தனியே வெவ்வேறு திக்கில் ஓடுகிறார்கள். ஏனென்றால், மூன்று பெரிய பன்றிகள் ஓடி வந்துகொண்டிருந்தன. அவற்றின் வழியிலே நின்றால் ஆபத்து. வேட்டை முடிகிறது.

ஒரு நாய்க்கு விலாப்புறத்தில் ஆழ்ந்த காயம்; சதை புரண்டிருக்கிறது. அநுமந்தனின் இடது காலில் வாய்பிளந்த பெரிய காயம்; அவசர நெருக்கடியில் கூர்மையான பாறை ஒன்றை இடறியதால் ஏற்பட்டது. ஆனாலும் வேட்டையில் வெற்றியே! பன்றி ஒன்றைக் கொன்றாகிவிட்டது. அதை ஒரு புதரின் உள்ளே மறைத்து வைக்கிறார்கள். பாறைக் கற்களால் அதை மூடுகிறார்கள்; பின்பு இரவில் இருட்டில் எடுத்துப் போகத்தான்!

மா. கிருஷ்ணன்

வளர்ந்த பன்றிகளை (அதுவும் முக்கியமான ஆண்களை) அணுகாமல் சிறிய பன்றிகளை மட்டும் கூட்டத்திலிருந்து பிரித்துவிடுவதுதான் வேட்டைத் தந்திரம். நாய்கள் இதை நன்றாகப் புரிந்துகொண்டதாகத் தோன்றியது. அவற்றின் முன்னோர்கள் வேட்டை ஆடி வந்ததனால் உண்டான வாசனையோ என்னவோ! பன்றி வேட்டை ஆடுவது மிகுந்த சிரமமான காரியம் என்று புலப்பட்டது. இவ்வளவு சாகசச்கிய மும் பலதடவைகளில் பலிக்காதாம்; ஒரு பன்றிகூடக் கிடைக்காமல் போகுமாம்!

வெற்றியுடன் – ஆனால் மிகுந்த களைப்புடன் – வீடு திரும்பியபோது, மணி பத்துக்குமேல் ஆகிவிட்டது. வெந்நீரில் குளித்தேன். அப்போது ஓர் உற்சாகம் கிளம்பியது. என் சைவ வாழ்க்கையைக்கூட மறந்தவனாக 'இதல்லவோ மனிதன் வாழ வேண்டிய முறை' என்று எனக்குள்ளே சொல்லிக் கொண்டேன். ஆனால் அந்தி வந்தபோது, அதில் அவ்வளவு நிச்சய புத்தி இல்லை. தேகத்தில் ஒவ்வொரு மூட்டிலும் ஒரே வலி – பல்வலியை விடப் பொறுக்க முடியாதது; முதுகில் ஒரே விறைப்பு – மரப்பலகை போல. சிரமமே காணாத சுகவாழ்வும் விடிகாலைப் பனியில் அடிபட்டதுமே இந்த அநுபவத்துக்குக் காரணம்.

என் நினைவை விட்டு அகலாத அந்த நாள், பன்னிரண்டு வருஷங்களுக்கு முந்தியது. அதற்குப்பின் இதுவரையில் மற்றொரு வேட்டைக்கு அழைத்துச் செல்லும்படி அவர்களை நான் அணுகவில்லை. எங்களுக்குள் ஒரு சங்கேதம் ஏற்பட்டது; அந்த நாள் முதல் அவர்கள் பன்றிவேட்டை ஆடுவதை அடியோடு விட்டுவிட்டார்கள். கண்ணியமுள்ள இருவருக் கிடையே நிகழும் ஒரு சங்கேதம் போதாதா? அதுவே சட்டத்தைவிட மேலானது. மிருக வைத்தியர் எவரும் அங்கே இல்லை. இரண்டு, மூன்று தடவை பன்றியின் தந்தத்தால் கோரமான காயம் ஏற்பட்ட நாயை என்னிடம் வைத்தி யத்துக்கு அவர்கள் கொண்டுவந்திருக்கிறார்கள். நான் வற்புறுத்தியதன்மேல் நடந்த வேட்டையில் கிளம்பிய ஆவேசத்தால் நாய்கள் தாமாகவே பன்றி வேட்டை ஆடத் தொடங்கிவிட்டனவாம்! அதன் பலனே இந்தக் காயங்கள் என்று என்னிடம் போயாக்கள் சொன்னார்கள்.

அந்த நாய்களை நான் வியந்தேன். அவை அறிவுள்ளவை; நேர்மையானவை; கடைசி வரைக்கும் ஒரு கை பார்ப்பவை. எல்லாவற்றையும்விட அவற்றின் உடல்கட்டு என்னை மிகவும் கவர்ந்தது. அந்த உருவத்தை நிரம்ப வரைந்திருக்கிறேன். இங்கே படத்திலுள்ள நாய்கள் போயாக் குப்பத்தில்

இருப்பவற்றில் சிறந்தவை. இதிலிருந்து இவற்றின் உடல்கட்டின் கச்சிதம் தெரியவரும். இவை சாதாரணப் பட்டிக்காட்டு 'எச்சில் இலை' நாய்களே. ஆனாலும் இரும்பு போன்ற வலியுள்ள தசைகளுடனும் உபயோகமுள்ள அழுத்தமான பெரிய பற்களுடனும் நல்ல வாளிப்பாக இருக்கின்றன. இவற்றின் மோப்ப ஆற்றல் மிக நுட்பம். வேட்டையில் மனிதர்களைப் போலவே பற்றுள்ளவை. மனிதர்களை விட அதிக ஆதுரம் கொண்டவை. தங்கள் எஜமானனின் குடிசைப் பக்கத்தில் இவை ஹாய்யாகப் படுத்திருக்கும்போதோ காரியம் இல்லாமல் சுற்றி அலையும்போதோ இவற்றைப் பார்த்தால், உயர்ந்த நாய்களின் இலக்கணங்களை நன்றாகத் தெரிந்து கொள்ளாதவர்கள், இவை ஒரு குழுவாகச் சேர்ந்து எத்தனையோ அரிய காரியங்களைச் சாதிக்கக்கூடியவை என்பதை அறியமாட்டார்கள்.

அடர்ந்த புதர்களின் மறைவில் இருக்கும் காயம்பட்ட சிறுத்தைப் புலியை வெளியேற்றப் போயர்கள் இந்த நாய்களை உபயோகித்ததை நான் பார்த்திருக்கிறேன். ஆனால் குப்பத்தில் இந்த நாய்கள் ஒரு முரணும் செய்வதில்லை. ஏதாவது ஆசை காட்டி இவற்றை இழுத்தாலும் ஓடியே போய்விடும். இருந்தாலும் வேற்று மனிதனையோ மிருகத்தையோ குப்பத்தில் இவை அண்ட விடமாட்டா. குப்பத்து மனிதன் எவனாவது விடும்படி சொல்கிறவரையில் அப்படித்தான். உங்களுக்குச் சந்தோஷத்துடன் ஒன்று சொல்லுகிறேன்: குப்பத்துப் பக்கத்தில் நான் இருந்து வந்த பல வருஷகாலமும் என்னை வேற்றாளாக இவை நினைத்ததே இல்லை.

தமிழில்: **கே.ஜி. ஸ்வாமிநாத சாஸ்திரி**

• • •

வெளியீட்டு விவரம்

1. ஆட்காட்டிக் குருவி — கலைக்களஞ்சியம், தொகுதி ஒன்று, 1954, சென்னை, தமிழ் வளர்ச்சிக் கழகம், ப.341.
2. ஆந்தைகள் — கலைக்களஞ்சியம், தொகுதி ஒன்று, 1954, ப. 377.
3. ஆலா — கலைக்களஞ்சியம், தொகுதி ஒன்று, 1954, பக்.443, 444.
4. இராசாளி — கலைக்களஞ்சியம், தொகுதி இரண்டு, 1955, ப.61.
5. இருவாய்க்குருவி — கலைக்களஞ்சியம், தொகுதி இரண்டு, 1955, பக்.94, 95.
6. உழவாரக்குருவி — கலைக்களஞ்சியம், தொகுதி இரண்டு, 1955, பக்.363, 364.
7. ஊர்க்குருவி — கலைக்களஞ்சியம், தொகுதி இரண்டு, 1955, ப.447.
8. கரிக்குருவி — கலைக்களஞ்சியம், தொகுதி மூன்று, 1956, ப.245.
9. கருங்குருவி — கலைக்களஞ்சியம், தொகுதி மூன்று, 1956, பக்.253, 254.
10. கருடன் — கலைக்களஞ்சியம், தொகுதி மூன்று, 1956, ப.254.
11. கல்லுக்குருவி — கலைக்களஞ்சியம், தொகுதி மூன்று, 1956, ப.296.
12. கவுதாரி — கலைக்களஞ்சியம், தொகுதி மூன்று, 1956, ப.366.
13. கழுகுகள் — கலைக்களஞ்சியம், தொகுதி மூன்று, 1956, பக்.371, 372.
14. கற்கௌதாரி — கலைக்களஞ்சியம், தொகுதி மூன்று, 1956, ப.380.
15. காக்கை — கலைக்களஞ்சியம், தொகுதி மூன்று, 1956, பக்.417, 418.
16. காட்டுக்கோழி — கலைக்களஞ்சியம், தொகுதி மூன்று, 1956, ப.444.
17. காடை — கலைக்களஞ்சியம், தொகுதி மூன்று, 1956, ப.467.

மா. கிருஷ்ணன்

18.	கிளி	கலைக்களஞ்சியம், தொகுதி மூன்று, 1956, ப.713.
19.	கீச்சாங்குருவி	கலைக்களஞ்சியம், தொகுதி மூன்று, 1956, ப.724.
20.	குக்குறுவான்	கலைக்களஞ்சியம், தொகுதி மூன்று, 1956, ப.735.
21.	குங்குமப்பூச் சிட்டு	கலைக்களஞ்சியம், தொகுதி மூன்று, 1956, ப.739.
22.	குயில்	கலைக்களஞ்சியம், தொகுதி நான்கு, 1956, பக்.46, 47.
23.	குறுங்காடை	கலைக்களஞ்சியம், தொகுதி நான்கு, 1956, ப.135.
24.	கூளி	கலைக்களஞ்சியம், தொகுதி நான்கு, 1956, ப.189.
25.	கொண்டலாத்தி	கலைக்களஞ்சியம், தொகுதி நான்கு, 1956, ப.241.
26.	கொண்டைக்கரிச்சான்	கலைக்களஞ்சியம், தொகுதி நான்கு, 1956, பக்.241, 242.
27.	கொண்டைக்குயில்	கலைக்களஞ்சியம், தொகுதி நான்கு, 1956, ப.242.
28.	கொண்டைக்குருவி	கலைக்களஞ்சியம், தொகுதி நான்கு, 1956, ப.242.
29.	கொண்டையன்	கலைக்களஞ்சியம், தொகுதி நான்கு, 1956, ப.242.
30.	செம்போத்து	கலைக்களஞ்சியம், தொகுதி ஐந்து, 1958, ப.169.
31.	சோளப்பட்சி	கலைக்களஞ்சியம், தொகுதி ஐந்து, 1958, பக்.278, 279.
32.	தவிட்டுக்குருவி	கலைக்களஞ்சியம், தொகுதி ஐந்து, 1958, பக்.540, 541.
33.	தவிட்டுப்புறா	கலைக்களஞ்சியம், தொகுதி ஐந்து, 1958, ப.541.
34.	தினைக்குருவி	கலைக்களஞ்சியம், தொகுதி ஆறு, 1959, ப.65.
35.	தூக்கணங்குருவி	கலைக்களஞ்சியம், தொகுதி ஆறு, 1959, ப.121
36.	தேன்சிட்டு	கலைக்களஞ்சியம், தொகுதி ஆறு, 1959, ப.192.
37.	தையற்சிட்டு	கலைக்களஞ்சியம், தொகுதி ஆறு, 1959, ப.204.
38.	பச்சைக்காடை	கலைக்களஞ்சியம், தொகுதி ஆறு, 1959, பக்.631, 632.
39.	பச்சைப்புறா	கலைக்களஞ்சியம், தொகுதி ஆறு, 1959, ப.634.
40.	பஞ்சுருட்டான்	கலைக்களஞ்சியம், தொகுதி ஆறு, 1959, ப.654.
41.	பட்டாணிக் குருவி	கலைக்களஞ்சியம், தொகுதி ஆறு, 1959, ப.658.
42.	பருந்து	கலைக்களஞ்சியம், தொகுதி ஏழு, 1960, ப.8.
43.	பன்றி வேட்டை	மார்ச் 1961, மஞ்சரி
44.	பனங்காடை	கலைக்களஞ்சியம், தொகுதி ஏழு, 1960, பக். 57, 58.
45.	பாம்புப் பருந்து	கலைக்களஞ்சியம், தொகுதி ஏழு, 1960, பக்.162, 163.

46. பூஞ்சிட்டு	கலைக்களஞ்சியம், தொகுதி ஏழு, 1960, ப.163.
47. மணிப்புறா	கலைக்களஞ்சியம், தொகுதி எட்டு, 1961, ப.78.
48. மயில்	கலைக்களஞ்சியம், தொகுதி எட்டு, 1961, ப.104.
49. மரங்கொத்தி	கலைக்களஞ்சியம், தொகுதி எட்டு, 1961, பக்.111, 112.
50. மலை நாகணவாய்	கலைக்களஞ்சியம், தொகுதி எட்டு, 1961, ப.182.
51. மாடப்புறா	கலைக்களஞ்சியம், தொகுதி எட்டு, 1961, ப.214.
52. மாம்பழச்சிட்டு	கலைக்களஞ்சியம், தொகுதி எட்டு, 1961, பக்.225, 226.
53. மாம்பழப்பட்சி	கலைக்களஞ்சியம், தொகுதி எட்டு, 1961, ப.226.
54. மீன்குத்தி	கலைக்களஞ்சியம், தொகுதி எட்டு, 1961, ப.374.
55. மைனா	கலைக்களஞ்சியம், தொகுதி எட்டு, 1961, ப.533.
56. வரகுக் கோழி	கலைக்களஞ்சியம், தொகுதி ஒன்பது, 1963, ப.144.
57. வல்லூறு	கலைக்களஞ்சியம், தொகுதி ஒன்பது, 1963, பக்.161, 162.
58. வால் காக்கை	கலைக்களஞ்சியம், தொகுதி ஒன்பது, 1963, ப.229.
59. வாலாட்டிக் குருவி	கலைக்களஞ்சியம், தொகுதி ஒன்பது, 1963, பக்.235, 236.
60. வானம்பாடி	கலைக்களஞ்சியம், தொகுதி ஒன்பது, 1963, பக்.250, 251.
61. வனவிலங்குப் புகலிடங்கள்	கலைக்களஞ்சியம், தொகுதி பத்து, 1968, பக்.479, 480.

62. நூல்:

வேடந்தாங்கல் நீர்ப்பறவைக் காப்புச்சாலை	1961, சென்னை, கான்துறை.

ஓவியங்கள், படங்கள்

1. ஆட்காட்டிக் குருவி முதல் தையற்சிட்டு வரை ஓவியங்கள் இடம்பெற்றுள்ளன. இவற்றில் மா. கிருஷ்ணன் வரைந்தவை என்பதற்கான என்னும் கையொப்ப அடையாளம் உள்ளவையும் அவ்வடையாளம் இல்லாததையும் காணப்படுகின்றன.

எனினும் ஓவியப் பாணியைக் கொண்டு அனைத்தையும் மா. கிருஷ்ணனே வரைந்திருப்பார் எனக் கருதலாம்.

2. படங்கள் உதவி குறித்துக் கலைக்களஞ்சியக் குறிப்புகள் உள்ளன. அவை:

அ) பட்டாணிக் குருவி

உதவி: பேக்கர் இங்க்லிஷ், தென்னிந்தியப் பறவைகள், சென்னை அரசாங்கம்.

ஆ) மயில்

உதவி: சென்னை மிருகக்காட்சி சாலை, சென்னை.

இ) மைனா

உதவி: மார்ச் ஆப் இந்தியா, செய்தி வெளியீட்டுப் பகுதி, இந்திய அரசாங்கம், புது டெல்லி.

3) பிற படங்கள் அனைத்தும்.

உதவி: சாலிம் அலி, இந்தியப் பறவை நூல், பம்பாய் இயற்கை விஞ்ஞானக் கழகம், பம்பாய்.

4) 'வேடந்தாங்கல்' கட்டுரையில் இடம்பெற்றுள்ள படங்கள் அனைத்தும் மா. கிருஷ்ணன் அவர்களால் எடுக்கப்பட்டவை என்னும் குறிப்பு அதன் முன்னுரையில் காணப்படுகிறது.

பறவைகளின் ஆங்கிலப் பெயர்கள்

அண்டங்காக்கை	–	Jungle Crow
அரிவாள்மூக்கன்	–	Jungle Crow
ஆட்காட்டிக்குருவி	–	Lapwing
ஆட்காட்டிக்குருவி (வகை)	–	Red-waltled Lapwing
ஆட்காட்டிக்குருவி (வகை)	–	Yellow-waltled Lapwing
ஆந்தை	–	Owl
ஆந்தை (சிறுவகை)	–	Spolted Owlet
ஆலா	–	White bellied Sea eagle
இராசாளி	–	Bonelli's Eagle
இருவாய்க்குருவி	–	Hornbill
இருவாய்க்குருவி (வகை)	–	Common Grey Hornbill
இருவாய்க்குருவி (வகை)	–	Great indian Hornbill
உண்ணிக்கொக்கு	–	Cattle Egret
உப்புக்குருவி	–	River Tern
உழவாரக்குருவி	–	Swift
உழவாரக்குருவி (வகை)	–	House Swift
உழவாரக்குருவி (வகை)	–	Palm Swift
ஊமன்	–	Brown fish owl
ஊர்க்குருவி	–	Sparrow
கங்கணம்	–	*காண்க: அரிவாள்மூக்கன்*
கரிக்குருவி	–	King Crow
கருங்குருவி	–	Indian Robin
கருடன்	–	Brahminy Kite
கல்லுக்குருவி	–	Pied Bush - Chat
கவுதாரி	–	Partridge
கழுகு	–	Eagle
கற்கௌதாரி	–	Common Sand grouse
கன்னிக்கிளி	–	Lorikeet
காக்கை	–	Crow
காட்டுக்கோழி	–	Jungle fowl
காடை	–	Quail
கிளி	–	Parakeet
கீச்சாங்குருவி	–	Shrike
குக்குறுவான்	–	Coppersmith

குயில்	–	Koel
குறுங்காடை	–	Bustard Quail
கூகை	–	Great Horned Owl
கூளி	–	Tawny eagle, Shart toed Eagle
கூழைக்கடா	–	Spotted Billed Pelican
கொண்டலாத்தி	–	Hoopoe
கொண்டைக்கரிச்சான்	–	Racket tailed Drongo
கொண்டைக்குயில்	–	Cuckoo
கொண்டைக்குருவி	–	Bulbul
கொண்டையன்	–	Crested hawk - eagle
கோட்டான்	–	Barn or Screach Owl
கோட்டைக்கரிச்சான்	–	Pied Wagtail
சாம்பல் வாலாட்டி	–	Grey Wagtail
சாம்பற்கழுத்துக்காக்கை	–	House Crow
சிவப்பிறக்கைக் கொண்டைக்குயில்	–	Red Winged Cuckoo
சிறுகொண்டைக்குயில்	–	Pied Crested Cuckoo
செங்குதக் கொண்டைக்குருவி	–	Red - Vented bulbul
செம்போத்து	–	Crow Pheasant
செம்மீசைக் கொண்டைக்குருவி	–	Red Whiskered bulbul
சோளப்பட்சி	–	Rosy Paster
தவிட்டுக்குருவி	–	Babbler
தவிட்டுக்குருவி (வகை)	–	White - headed babbler
தவிட்டுக்குருவி (வகை)	–	Jungle babbler
தவிட்டுப்புறா	–	Little brouwn dove
தினைக்குருவி	–	Munia
துடுப்புமூக்குநாரை	–	Spoonbill
தூக்கணங்குருவி	–	Weaver bird
தேன்சிட்டு	–	Sun bird
தையற்சிட்டு	–	Tailor bird
நத்தைக்குத்தி நாரை	–	Openbilled Stork
நரையான்	–	Grey Heron
நாமக்கோழி	–	Coot
நீர்க்காகம்	–	Cormorant
நீர்க்கோழி	–	Indian moorhea
நுண்ணிச்சிறை	–	Ashy wren warbler
பச்சைக்காடை	–	Pitta
பச்சைக்குருவி	–	Chloropsis
பச்சைப்புறா	–	Green pigeon
பஞ்சவர்ணக்கிளி	–	Blossom headed parakeet
பஞ்சுருட்டான்	–	Green bee - eater
பட்டாணிக்குருவி	–	Grey Kit

பவளக்காலி	–	Black winged Stilt
பருந்து	–	Kite
பனங்காடை	–	Roller
பாம்புத்தாரா	–	Darter
பாம்புப் பருந்து	–	Crested Serpent - Eagle
பிணந்தின்னிக் கழுகு	–	Vulture
பூஞ்சிட்டு	–	Warbler
பூனைப் பருந்து	–	Harrier
பெரிய கீச்சாங்குருவி	–	Grey Shrike
பெருங்கிளி	–	Macaw
பொன்முதுகு மரங்கொத்தி	–	Golden backed Woodpecker
மஞ்சக் களவாணி (அ) மஞ்சள் திருடி (அ) மஞ்சு திருடி	–	Neophron or Lesser white scavanger Vulture
மடையான்	–	Pond Heron
மண்வெட்டிவாயன்	–	காண்க: துடுப்புமூக்கு நாரை
மணிப்புறா	–	Dove
மயில்	–	Peacock
மரங்கொத்தி	–	Woodpecker
மரங்கொத்தி (வகை)	–	Mahratta Woodpecker
மலை நாகணவாய்	–	Hill Myna
மலைப் போரவை (பெருங்கழுகு)	–	Black Orking Vulture
மாட்டுக்கொக்கு	–	காண்க: உண்ணிக்கொக்கு
மாடப்புறா	–	Blue rock - pigeon
மாம்பழச்சிட்டு	–	Iora
மாம்பழப் பட்சி	–	Oriole
மீன்குத்தி	–	King Fisher
முக்குளிப்பான்	–	Dubchick
மைனா	–	Myna
லகடு	–	Laggar falcon
வக்கா	–	Night heron
வங்காளக் கழுகு	–	White backed or Bengal Vulture
வரகுக்கோழி	–	Great Indian bustard
வல்லூறு	–	Falcon
வல்லூறு (வகை)	–	Peregrine Falcon
வல்லூறு (வகை)	–	Shahin Falcon
வால்காக்கை	–	Tree Pie
வாலாட்டிக் குருவி	–	wagtail
வானம்பாடி	–	Lark
வெண்கொக்கு	–	Egret
வெள்ளை வாலாட்டி	–	White Wagtail

மா. கிருஷ்ணன்

பொருளடைவு

அகராதி 13, 14
அடம்பு 122
அடவிக்கோழி 44
அடைக்கலாங்குருவி 33
அண்டங்காக்கை 42, 140
அத்தி 29, 49, 74
அமெரிக்கா 87, 133
அரிக்காடை 102
அரிவாள்மூக்கன் 128, 144
அன்னச்சேவல் 112
அஸ்ஸாம் 110
ஆக்காட்டி 23
ஆங்கிலம் 101
ஆசியச்சிங்கம் 109, 111
ஆசியா 110
ஆட்காட்டிக்குருவி 23
ஆந்திரப்பிரதேசம் 112
ஆந்தை 18, 24, 25, 26
ஆல் 74
ஆலா 27, 39
ஆலாப் பறத்தல் 27
ஆற்றுக்குருவி 27
ஆனைச்சாத்தன் 34
இந்தி 101
இந்திய நாட்டுப் பறவைகள் 82
இந்தியப் பறவை 69
இந்தியப் பாட்டுப் பறவை 56
இந்தியா 46, 84, 96, 104, 109, 110, 111, 113, 122
இந்துஸ்தானி 63
இமயக் கருங்கரடி 109

இமயமலை 109, 110
இரலைமான் 109
இராசாளி 60
இராமாயணம் 137
இருதலைக்குருவி 110, 142
இருவாய்க்குருவி 30
இலங்கை 84, 133
இலந்தை 131
உண்ணிக்கொக்கு 120, 127, 128, 132, 133, 141
உத்திரப் பிரதேசம் 113
உப்புக்குருவி 127
உள்ளான் 124, 125, 127
உழவாரக்குருவி 17, 31, 32
ஊமன் 26
ஊர்க்குருவி 31, 33, 35, 37, 47, 49, 51, 66, 67, 75, 77, 90
எலி 24, 26
ஐரோப்பா 133
ஐரோப்பிய நாடுகள் 84
ஓணான் 29, 101
கங்கணம் 111, 119, 120, 123, 128, 133, 144
கசிரங்கா 110
கடப்பந்தோப்பு 131
கடப்பமரம் 121, 123, 124, 127, 132, 137
கடம்பமரம் 121
கந்தன் 84
கபிலக்கரடி 109, 113
கரண்டி அலகி 111
கரிக்குருவி 17, 34
கரிச்சான் 34
கருங்கவுதாரி 38
கருங்குரங்கு 109
கருங்குருவி 35
கருங்குழி 139
கருடன் 127
கருநீர்க்கோழி 127
கருவாட்டுவாலி 34
கல்லுக்குருவி 37
கலைக்களஞ்சியம் 15, 16, 17, 18, 19, 20
கலைமான் 111

கவுதாரி 38
கள்ளிக்குருவி 63
களா 131
கழுகு 27, 39
கற்கௌதாரி 41
கன்னிக்கிளி 47
கன்ஹா 112
கஸ்தூரிமான் 113
காக்கை 16, 34, 42, 43, 52, 77, 79, 102, 127
காகம் 17, 26, 42, 43, 52, 99
காட்டானை 109, 110
காட்டாடு 109
காட்டுக்கோழி 44, 110
காட்டுமாடு 109, 110, 112
காட்டெருமை 111
காடை 45, 53, 72, 79
காண்டாமிருகம் 110
கார்காலப் பறவை 57
காரி 34
காளமேகப் புலவர் 142, 144
கான்துறை 17, 117
கானக்கோழி 44
கானமுயல் 98
கிண்டிப் பூங்கா 111
கியோலதேவ கானா 109, 112
கிர் காடுகள் 111
கிளி 46
கிளுவை 126, 127
கீச்சாங்குருவி 48
கீரி 124
குக்கில் 61
குக்குறுவான் 17, 49, 50
குகன் 137
குங்குமப்பூச் சிட்டு 51
குயில் 52, 57, 61, 64
குருட்டுக்கொக்கு 141
குருவி 29
குலக்குறிச்சின்னம் 15
குள்ளவாத்து 124

குறிஞ்சி 84
குறுங்காடை 53
கூகை 26
கூளமாதாரி 13
கூளி 39, 54, 127
கூழைக்கடா 112, 127
கேரளா 112
கொக்கு 121, 127, 134, 142
கொங்கு வட்டாரச் சொல்லகராதி 13
கொண்டலாத்தி 55, 58
கொண்டைக்கரிச்சான் 56
கொண்டைக்கிளாறு 58
கொண்டைக்குயில் 57
கொண்டைக்குருவி 55, 58
கொண்டைக்குலாத்தி 55
கொண்டையன் 28, 60
கோட்டான் 26
கோட்டைக்கரிச்சான் 104
கோடிக்கரை 112
கோயிற்கழுகு 40
கோயிற்புறா 89
கௌதாரி 17, 23
சகுனம் 34, 80
சப்பைச்சொண்டான் 143
சரணாலயம் 16, 18
சாம்பற்கழுத்துக் காக்கை 42, 127
சாம்பற்புறா 83
சிங்கனி 109
சிங்காரமான் 112
சிட்டுக்குருவி 14, 33, 77
சித்திரக்கூடம் 137
சிந்திரப் பிரபா 113
சிவபுரி 112
சிறுகருங்குருவி 34
சின்னத்தாங்கல் 137
சீனர் 110
சீனா 113
சுண்டெலி 26
சூறைக்குருவி 62

செங்கல்பட்டு 121, 136, 137, 139, 140
செங்காகம் 61
செண்பகப்பட்சி 61
செம்பருந்து 36
செம்புகம் 61
செம்போத்து 61
செம்போத்துப்புள் 142
சென்னை 26, 112, 117, 118, 121, 125
சேலம் 14
சோளப்பட்சி 62, 142
சௌராஷ்டிரா 111
டாட், ஏ.எச்,ஏ., 139
டாட், ஜி.பி., 139
தச்சிகம் 113
தட்டுச்சிட்டு 14
தடா 112
தமிழ்நாடு 16, 52, 57, 62, 63, 112, 117
தமிழ் லெக்சிகன் 30, 59, 82, 87, 144
தவளை 36, 123, 124, 134
தவிட்டுக்குருவி 57, 63, 64
தவிட்டுப்புறா 65, 83
தாங்கல் 136
தாடேபல்லிக்கூடம் 112
திபெத் 109
தியடோர் பாஸ்கரன் 17, 18, 20, 98
திருக்கழுக்குன்றம் 40
திவ்யப்பிரபந்தம் 34
தினைக்குருவி 66, 142
துடுப்புமுக்கு நாரை 120, 128, 129, 133, 134, 138, 142, 143, 144
தூக்கணங்குருவி 67, 68
தூக்கணாங்குருவி 67
தூரன், பெ., 16
தென்னிந்தியா 98, 122, 126
தேன்சிட்டு 69, 82
தையற்சிட்டு 14, 70, 71
நண்டு 26, 27, 36
நத்தை 123, 143
நத்தைக்குத்தி 143

நத்தைக்குத்தி நாரை 111, 119, 120, 123, 126, 129, 131, 133, 134, 137, 142
நரையான் 111, 119, 128, 129, 133, 141, 142
நாகணவாய் 95
நாட்டுப்புறப் பாடல் 23
நாட்டுப்புறம் 26, 31, 33, 37, 42, 45, 48, 63, 81, 87, 95
நாமக்கல் 20
நாமக்கோழி 127
நாராயணப்பட்சி 142
நாரை 121, 128, 143
நீர்க்காக்கை 111, 119, 123, 131, 140
நீர்க்காகம் 119, 121, 128, 129, 130, 133, 135, 140
நீர்க்கோழி 127
நீல்கைமான் 112
நீலகிரி 109, 111
நுண்ணிச்சிறை 71
நெய்தல் 36
நெல்லூர் 112
பச்சைக்காடை 72
பச்சைக்கிளி 17
பச்சைக்குருவி 59
பச்சைப்புறா 74
பஞ்சவர்ணக்கிளி 46
பஞ்சுருட்டான் 75
பட்டாணிக்குருவி 77
பண்டிப்பூர் 112
பர்மா 84, 109
பரத்பூரி 109
பராஸிங்கா 112
பருந்து 26, 29, 30, 34, 54, 78, 127, 140
பல்லி 24, 29
பவளக்காலி 127
பழவந்தாங்கல் 137
பன்றிக்குருவி 63
பனங்காடை 15, 16, 72, 79, 80
பனிச்சிறுத்தை 109
பாட்டுப்பறவை 37
பாம்பு 36, 81
பாம்புத்தாரா 111, 120, 130, 133, 135, 140

பாம்புப்பருந்து 81
பாரதமணி 18
பாலக்குருவி 72, 79, 142
பானெல்லிக் கழுகு 28
பினந்தின்னி 127
பினந்தின்னிக் கழுகு 39
பீஹார் 113
புப்பீயா 52
புல்லுருவி 82
புலி 109, 112
புள்ளிப்புறா 83
புள்ளிமான் 110, 111
புறா 38, 101
பூஞ்சிட்டு 69
பூநாரை 112
பூனை 124
பூனைப்பருந்து 127
பெரிய கீச்சாங்குருவி 48
பெரியத்தாங்கல் 137
பெரியாறு 112
பெருங்கழுகு 40
பெருச்சாளி 18
பெருங்கூகை 26
பெருங்கொண்டலாத்தி 55
பேராந்தை 26
பொன்முதுகு மரங்கொத்தி 87
பொன்னாந்தட்டான் 73
மக்கா 46
மசூதி 26
மஞ்சட்களவாணி 39
மஞ்சள் திருடி 39
மஞ்சு திருடி 127
மடையான் 111, 121, 127, 128, 133, 134, 141, 142
மண்வெட்டிவாயன் 128, 143
மணிப்புறா 17, 34, 65, 83
மத்தாளி 127
மத்திய தரைக்கடல் 111
மத்தியப் பிரதேசம் 112
மதுராந்தகம் 124, 137

மயில் 28, 84, 85
மரங்கொத்தி 49, 86, 87, 110
மரங்கொத்திப்புள் 142
மலைக்குக்குறுவான் 50
மலை நாகணவாய் 88, 110
மலைப்புறா 88
மலைப்போரவை 40
மலைமொங்கான் 30
மலையாளம் 30
மழைக்காலமும் குயிலோசையும் 13, 14, 43, 50, 83, 89, 96, 101
மறைமலையடிகள் நூல்நிலையம் 18
மனஸ் 111
மாங்குயில் 92
மாட்டுக்கொக்கு 128, 141
மாடப்புறா 17, 74, 83, 88
மாம்பழச்சிட்டு 90, 91, 92
மாஸ்கோ 126
மிளா 110
மீன்குத்திப்புள் 142
முக்குளிப்பான் 127
முக்குறுணி 102
முதுமலை 110, 111, 112
முதுமலை வனவிலங்குச் சரணாலயம் 19, 117
முதுமலை வனவிலங்குப் புகலிடம் 109, 110
முயல் 54
முனியந்தாங்கல் 137
மேற்கு வங்காளம் 110
மைசூர் 112
மைனா 13, 16, 17, 25, 48, 55, 57, 62, 63, 72, 79, 88, 92, 95, 96, 104
மைனாக்குருவி 96
மைனாப்பட்சி 142
யானை 112
ரங்கன் திட்டு 112
ரத்னம், க., 98
ரஷ்யா 124, 126
ராஜபவனம் 111
ராஜஸ்தான் 112

ரோஜா முத்தையா நினைவு ஆராய்ச்சி நூலகம் 20
லகடு 100
லங்கூர் 109
லயனல் ப்ளேஸ் 137
வக்கா 111, 120, 121, 128, 129, 133, 134, 142, 144
வங்காளக் கழுகு 40
வட இந்தியா 35, 38, 52, 57, 61
வண்ணத்துப்பூச்சி 69
வரகுக்கோழி 97, 98
வரையாடு 109
வல்லூறு 14, 17, 52, 64, 99, 100, 101
வலசை 125, 126, 127
வலசை போதல் 125
வலியன் 110
வனத்துறை 17
வனவிலங்குப் புகலிடம் 16, 18, 107, 108, 113
வால்காக்கை 102, 103
வால் நீண்ட கருங்குருவி 34, 35, 56
வாலாட்டி 125
வாலாட்டிக்குருவி 104, 104, 124, 127
வான்கோழி 97
வானம்பாடி 105, 106
விவசாயி 62
வெட்டுக்கிளி 62
வெண்கொக்கு 111, 119, 120, 127, 128, 131, 133, 141
வெள்வேலன் 131
வேடந்தாங்கல் 18, 19, 111, 117, 118, 119, 121, 122, 123, 124, 125, 126, 127, 131, 132, 133, 134, 135, 136, 137, 139, 140, 142, 144
வேதாரணியம் 112
ஸைபீரியா 125
ஜம்மு – காச்மீர் 113
ஜல்தபாரா 110
ஹசாரிபாக் 113